அந்த இரவு

● அன்பார்ந்த வாசகருக்கு,

வணக்கம்.

காலச்சுவடு நூலை வாங்கியமைக்கு நன்றி.

நூலின் உள்ளடக்கம், உருவாக்கம், அட்டைப்படம் இன்ன பிற அம்சங்கள் பற்றிய உங்கள் கருத்துகளையும் ஆலோசனைகளையும் காலச்சுவடு வரவேற்கிறது. தகவல், எழுத்து, வாக்கியப் பிழைகள் தென்பட்டால் அவசியம் தெரிவித்து உதவுங்கள். நூல் தயாரிப்பில் கடும் குறைபாடு இருப்பின் மாற்றுப் பிரதி உங்களுக்குக் கிடைக்கக் காலச்சுவடு ஏற்பாடு செய்யும்.

மின்னஞ்சல்: **publisher@kalachuvadu.com**

காலச்சுவடு நாகர்கோவில் அலுவலகத்திற்குக் கடிதம் அனுப்பலாம்.

தங்கள்
எஸ்.ஆர். சுந்தரம் (கண்ணன்)
பதிப்பாளர் — நிர்வாக இயக்குநர்

Unauthorised use of the contents of this published book, whether in e-book or hardcopy format, for any type of Artificial Intelligence (AI) training — including but not limited to Machine Learning, Deep Learning, Natural Language Processing, Computer Vision, Chatbot Training, Image Recognition Systems, Recommendation Engines, and Language Models — is strictly prohibited without prior licensing from the publisher. Any such unauthorised use may result in legal action.

இந்த இவள்

கி. ராஜநாராயணன் (1923 – 2021)

கோவில்பட்டி அருகே இடைசெவல் கிராமத்தில் ஸ்ரீ கிருஷ்ண ராமானுஜம் லக்ஷ்மி அம்மாள் தம்பதியரின் ஐந்தாவது குழந்தை கி. ராஜநாராயணன். இவருக்குப் பெற்றோர் இட்ட பெயர் ஸ்ரீகிருஷ்ண ராஜநாராயண பெருமாள் ராமானுஜம் நாயக்கர். இவரது முன்னோர்கள் சில நூற்றாண்டுகளுக்கு முன்னர் தெலுங்கு தேசத்திலிருந்து வந்து இங்கே குடியேறியவர்கள்.

கி.ரா.வின் படிப்பு எட்டாவது வகுப்புடன் நின்றுவிட்டது. ஆனால் நிறைய புத்தகங்களைப் படிக்கத் தொடங்கினார். கரிசல் பூமியும் அதன் மக்களும் இவரை எழுதத் தூண்டின. தந்தையிடமிருந்து கேட்ட கதைகள் அதற்கு உரமிட்டன. கி.ரா.வின் எழுத்து நடை கிராமிய மணமும் கரிசல் மண்ணின் அழகும் கொண்டது. பாமர மக்களின் பேச்சுவழக்கையும் சொலவடைகளையும் லாவகமாகக் கையாண்டவர். இவரது முதல் நாவலான 'கோபல்ல கிராமம்' பெரிய வரவேற்பைப் பெற்றது. தொடர்ந்து நாடோடி இலக்கியம், சிறுகதைகள், நாவல்கள், கட்டுரைகள் என்று முப்பதுக்கும் மேற்பட்ட நூற்களை எழுதியுள்ளார். இவரது வட்டார வழக்குச் சொல்லகராதி ஒரு முக்கியத் தொகுப்பு.

கதைசொல்லி என்ற இதழை நடத்தினார். பாண்டிச்சேரியில் வசித்த இவர், அங்குள்ள பல்கலைக்கழகத்தில் நாட்டுப்புறவியல் துறையின் இயக்குநராகப் பணிபுரிந்துள்ளார்.

இவர் சாகித்ய அகாதெமி விருது, இலக்கிய சிந்தனை விருது, தமிழக அரசின் விருது, கனடா தமிழ் இலக்கியத் தோட்டத்தின் 2016ஆம் ஆண்டுக்கான தமிழ் இலக்கியச் சாதனை விருது உள்ளிட்ட தமிழின் முக்கிய இலக்கிய விருதுகளைப் பெற்றிருக்கிறார்.

இவர் 2021ஆம் ஆண்டு மே மாதம் 17ஆம் நாள் புதுச்சேரியில் காலமானார். இவரது உடல் இவரது சொந்த ஊரான இடைசெவலில் அரசு மரியாதையுடன் தகனம் செய்யப்பட்டது.

இந்த இவள் ❖ குறுநாவல் ❖ ஆசிரியர்: கி. ராஜநாராயணன் ❖ © K. சங்கர் (புதுவை இளவேனில்), R. திவாகரன், K.R. பிரபாகர் ❖ முதல் பதிப்பு: டிசம்பர் 2018, எட்டாம் பதிப்பு: டிசம்பர் 2025 ❖ வெளியீடு: காலச்சுவடு பப்ளிகேஷன்ஸ் (பி) லிட்., 669, கே.பி. சாலை, நாகர்கோவில் 629001

intha ivaL ❖ Novellet ❖ Author: Ki. Rajanarayanan ❖ © K. Sankar (Puthuvai Ilavenil), R. Divakaran, K.R. Prabakar ❖ Language: Tamil ❖ First Edition: December 2018, Eighth Edition: December 2025 ❖ Size: Crown ❖ Paper: 16 kg maplitho ❖ Pages: 120

Published by Kalachuvadu Publications Pvt. Ltd., 669 K.P. Road, Nagercoil 629001, India ❖ Phone: 91-4652-278525 ❖ e-mail: publications@kalachuvadu.com ❖ Printed at Clicto Print, Jaleel Towers, 42 KB Dasan Road, Teynampet Chennai 600018

ISBN: 978-93-88631-11-2

12/2025/S.No. 879, kcp 6224, 18.6 (8) rss

கி. ராஜநாராயணன்

இந்த இவள்

காலச்சுவடு பதிப்பகம்

தூக்கத்தோடு யாராவது
சண்டை போடுவார்களா.
இந்த இவள் போடுவாள்.
ஏசுவாள். பல்லைக் கடிக்கும்
சத்தம் நொறுநொறு என்று
கேட்கும்.
தோத்துப் போவாள் போல;
புலம்புவாள், முனகுவாள்.
சில சமயம் அழுவதும் உண்டு.

தூக்கத்தோடு யாராவது
சண்டை போடுவார்களா.

இந்த இவள் போடுவாள்.
ஏசுவாள். பல்லைக் கடிக்கும்
சத்தம் நொறுநொறு என்று
கேட்கும்.

தோத்துப் போவாள் போல;
புலம்புவாள், முனகுவாள்.
சிலசமயம் அழுவதும் உண்டு.

இந்த இவள் எங்க வீட்டுக்கு
எப்போதாவதுதான் வருவாள்.
பக்கத்து ஊர்தான். எங்களுக்குக்
கொஞ்சம் நெருங்கிய சொந்தம்.
 "ஏழு சுத்துச் சுத்தி வந்தா
 எருமை மாடும் சொந்தந்
 தாம்" என்கிறது ஒரு சொலவடை.
அது இவளுக்குப் பொருந்தாது.
 இவள் கொஞ்சம், தூல
சரீரம். வீட்டின் பெண்கள்
பகுதிக்குப் போய் ராத்திரியில்
ரொம்ப நேரம் பேசிக்கொண்டே
இருப்பாள். இவளுடைய பேச்சே
அவர்களைத் தூங்க வைத்துவிடும்!
அதன் பிறகே இவள் தூங்க
ஆரம்பிப்பாள்.
தூக்கத்தோடு 'சண்டை' போடத் தோது.

பாவம் இவள். சின்ன வயசிலேயே
'வெள்ளைச் சேலை' கட்ட வேண்டிய
தாகி விட்டது.
நல்ல சுக வாசிதான்; கஷ்ட ஜீவனமில்லை.
இப்பொ நடுவயசு ஆகிவிட்டது.
யார் வீட்டுக்குப் போனாலும் அவர்களுக்கு
விழுந்து விழுந்து வேலை செய்வாள்.
அவர்களும், சரீ என்று விட்டுவிடுவார்கள்.

ஊரில் எல்லா வீடுகளிலும்
அனேகமாக ராத்திரிகளில் சாப்பாடுதான்.
முதல் உருண்டை நாக்கில் பட்டதுமெ,
கேட்டுவிடுவார்கள் இந்த இவளுடைய
சமையலா என்று. பாட்டிமார்தான்
கேட்பார்கள் "பூச்சம்மா நீ கைபடாத
பச்சைப் பாம்பைப் பிடித்து உருவிவிட்
டாயா?" என்று (அப்படிஒரு நம்பிக்கை)

“பாவம், இந்த ஒரு சந்தோசம்தான் இவளுக்கு; என்று பேசிக்கொள்வார்கள் தங்களுக்குள்.

விசேசவீடுகள் – அது கல்யாணமோ காடேத்தோ – ‘சமன்’ இல்லாமல் ஆஜர் ஆகிவிடுவாள்.

பந்தி விசாரிப்பதில் முதல் ஆளாக நிற்பாள்.

பச்சை இலைகள் கொண்ட புளிஆக்கைகளின் விரிப்பின்மேல் நனைத்த வெள்ளைத் துணிகளை விரித்து, கடகம்கடகமாக சோற்றுப் பருக்கைகளைக் அம்பாரமாகக் குவித்து, ஈரமாக்கிய வெள்ளைத் துணிகளாலேயே மூடி வைக்கப்பட்டிருக்கும்.

கல் அடுப்புகளில் உயரமான மண்பானைகளில் வரீசையாக பருப்புக் கறி, புளிக்கறி, தொடுகறிகள் என்று சூடாக உட்கார்ந்துகொண்டிருக்கும்.

பசிகொண்ட வயிறுகளுக்குத் தொடுகறிகள் முக்கியமில்லை. இலைகளில் வைத்த தொடுகறிகள் அப்படியே இருக்கும். பருக்கைச் சோறும் அதுகளின் மேலே சிரட்டை அகப்பை யால் கோரிக்கோரிக் கொட்டப்படும் பருப்புக்கறியும் விழுந்த மாயம் தெரியாது வயிற்றினுள் போனமாயம் தெரியாது.

பானைகளில் தொடுகறியும் ரசமும் சீந்துவார்அற்று கிடக்கும். அவைகளெல்லாம் நாக்குகள் நீளமான வர்களுக்குத் தான்.

சாப்பாடுகள் விதவிதமாக இருப்பது போலத்தான் சாப்பிடுகிறவர்க ளும் விதவிதமானவர்கள்.

பந்திக்கென்றே விதவித மான வயிறுகள்!
ஒரு பந்தியைத் தொட்டு மறுபந்தியிலும் உட்காரும் வயிறுகளும் உண்டு.

அந்த வயிறுகளையெல்லாம் இவளுக்குத் தெரியும். அவர்களை ஒதுக்குப்புறமாக உட்கார வைத்து, முறை சொல்லி அழைத்து "வெக்கப்படாமெ சாப்பிடுங்க" என்று உபசரிப்பாள்.

'சோத்தின் பேரில் இப்படியொரு 'அவக்காச்சியா' என்று நினைப்பவர்களும் உண்டு.

"பாயாசமா; வேண்டாம் வேண்டாம்" என்று சொல்லிவிடுவார்கள்!

இனிப்பு பேரில் அப்படியொரு அசூசை. பனங் கருப்பட்டியில் இருக்கும் பாயசம். அதும் அரிசிப்பாயசம். சர்க்கரை என்கிற ஜீனி வராதகாலம் அது.

சர்க்கரை வந்த வேகம் அப்படி.

எல்லா இனிப்புகளையும் தூக்கிச் சாப்பிட்டு ஏப்பம் போட்டுவிட்டது! இப்போதுதான் அதைக் கண்டு கொஞ்சம் நடுக்கம் வந்திருக்கிறது; "வெள்ளை விசம்" என்று.

அந்த வயிறுகளையெல்லாம் இவளுக்குத் தெரியும். அவர்களை ஒதுக்குப்புறமாக உட்கார வைத்து, முறைசொல்லி அழைத்து "வெக்கப்படாமெ சாப்பிடுங்க" என்று உபசரிப்பாள்

'சோத்தின்பேரில் இப்படியொரு 'அவக்காச்சியா' என்று நினைப்பவர்களும் உண்டு.

"பாயாசமா; வேண்டாம் வேண்டாம்" என்று சொல்லிவிடுவார்கள்!

இனிப்பு பேரில் அப்படிஒரு அசூசை, பனங் கருப்பட்டியில் இருக்கும் பாயசம். . . அதும் அரிசிப்பாயசம். சர்க்கரை என்கிற ஜீனி வராதகாலம்அது.

சர்க்கரை வந்த வேகம் அப்படி. எல்லா இனிப்புகளையும் தூக்கிச் சாப்பிட்டு ஏப்பம்போட்டுவிட்டது! இப்போதுதான் அதைக் கண்டு கொஞ்சம் நடுக்கம் வந்திருக்கிறது; "வெள்ளை விசம்" என்று.

அந்த காலத்தில், ஒரு தகப்பனும்
நாலு மகள்களும் இருந்தார்கள்.
மகா இனிப்புப் பிரியர்கள். அதில் மூத்த
மகளுக்குக் காரம்தான் பிரியம். இனிப்பும்
தின்பாள் என்றாலும் காரம் இல்லாமல்
முடியாது.
தகப்பனையும் தங்கச்சிகளையும்
"தேனொழுகிக" என்பாள்!

சோத்தைவிட பலகாரமே இவர்க
ளுக்கு உசுரு. அடுப்பங்கூடத்தில்
பலகாரமணமே கடுந்தூக்கலாக இருக்கும்.

சாதிகளில் "உண்டுகெட்ட சாதி" (தின்று
கெட்ட)
என்றும் இப்பதாக முதுமொழி சொல்லும்.
ஒருநாள் தகப்பனிடம் கடைக்குட்டிப்
பொண்ணுசொன்னாள்: "மூத்த அக்காவெ
சீக்கிரம் தூரத்துல கல்யாணம் கட்டி
அனுப்பிச்சிறனும் அப்பா" என்றாள்.

அவளுக்கு இனிப்பா ... த்திங்கிற மாப்பிளைதாம் கிடைக்கப் போறான் பாருங்க” என்றாள்.

சும்மாவே நம்ம குடும்பத்தெத் “திண்ணிக்குடும்பம்”ன்னு பேசிக்கிடுதாகெ. வர்ரமாப்பிளை, நெய்யிலெதாம் பலகாரம் சுடனும் அப்பத்தாம் திம்பேன் என்கிறவனா வந்துட்டாத் தும்பம்தாம்” என்றான் தகப்பங் காரன்.

நாமும் ஒரு நளைக்கி நெய்யிலபலகா ரம் சுடுவமே என்று கேட்டாள் சின்ன வள்

நல்லாத்தாம் இருக்கும்; பாப்போம். முதல்லெ மூத்தவளுக்குக் கல்யாணம் ஆகனும் என்றான் தகப்பங்காரன்–

ஆம்பிளை வாரீசு இல்லாத குடும்பம். அதனாலெ, பொண்எடுக்கிற வருக்கு அய்வேசு கிடைக்கும்.

என்கிறதாலெ, கல்யாணம் கூடிவரும்.

அதேபோலெ அமைஞ்சது.

பக்கத்துலெ அமையாமெ, தள்ளி

அமைஞ்சது; ரெண்டு மூணுநாள் பயண

தூரத்திலெ.

மாப்பிளை, நல்ல அமைஞ்ச குணம்.

'சல்லாபுல்லா' என்று திரியாத ஆளு.

அவம்உண்டு வேலெஉண்டு என்று

இருப்பவன்.

மூத்தவ யோகக்காரிதாம், என்று

ஆனது.

தூரத்துல ங்கிறது மலைவாத் தெரிஞ்

சாலும் நாளாசரியா சரியாயிட்டது.

இப்பொ அடுப்பங்கூடத்துலெ

"தினோமும் இனிப்புதானா" என்கிற சத்தம்

நின்னுபோயிட்டது.

ஆசைப் பட்டது போல கலயம்

கலயமா நெய்யெ வாங்கி, விதவிதமா

பலகாரம் பட்சணம்னு வெளுத்துக் கட்டுனாங்க. நெய்ச்சோறு மூணுநாளைக்கு ஒருக்கெ, முழுங்கை வழிய.

மழைகள் ஒழுங்கா முறைப்படி பேய்ஞ்சிக்கிட்டே இருந்தா கரிசல்க் காரன் ராஜாதான். ஒருத்தனையும் மதிக்க மாட்டாம்.

கிள்ளிக் கொடுக்க வேண்டிய இடத்தி லெல்லாம் அள்ளிக் கொடுப்பாம். காலு மேலெ காலு ரட்ணக்காலு போட்டுக்கிட்டு எவண்டா எனக்கு நிகரு? ங்கிற மாதரி நிமிந்து பேசுவாம்.

இதெக் கேட்டுக்கிட்டே இருக்கிற வருணன் (மழையன்), அப்படியாடா இருஇரு ன்னு நாலுவருசம் மூணுவருசத் துக்கு ஒருக்கெ போட்டுஎடுத்துருவாம்! மப்பு அமுங்கலென்னு தெரிஞ்சா அஞ்சிவருசம் பத்து வருசம்ன்னுபோட்டு வறுத்து எடுத்துருவாம்.

11

அந்த வருசம், அடுத்த வருசம், அதுக்கடுத்த வருசம் என்று அந்தி வருசத்துக்கும் மேலேயே போட ஆரம்பிச்சிட்டது. பஞ்சம் வந்துவிட்டது.

பஞ்சத்தைப் பற்றிக் கேள்விப் பட்டாலும் தெரியாது; அதை அனுபவித்தவர்களுக்குத் தான் அதன் கொடூரம் தெரியும்.

உலகத்தின் பாரம் குறைய யுத்தமும் பஞ்சமும் என்று சொல்லியிருக்காம்.

உயிருள்ள மக்களெல்லாம் பஞ்சம் பிழைக்க எங்கெல்லாமோ போனார்கள்.

பார்த்தால் அடையாளம் கண்டுபிடிக்க முடியாத அளவுக்கு மெலிந்துபோனார்கள்.

நம்ம பெரியக்கா இருக்க ஊருக்குப் போவமா என்று கேட்டாள் தங்கச்சி. சம்மந்தக்காரங்க வீட்டுக்குப் போறதாவது என்று மனசு சொன்னது; போகலாம் என்று சொன்னது வயிறு.

அந்த வருசம், அடுத்த வருசம், அதுக்கடுத்த வருசம் ன்னு, அஞ்சி வருசத்துக்கும் மேலேயே போட ஆரம்பிச்சிட்டது. பஞ்சம்வந்துவிட்டது.

பஞ்சத்தைப் பற்றிக் கேள்விப் பட்டால்மட்டும் தெரியாது; அதை அனுபவித்தவர்களுக்குத் தான் அதன் கொடூரம் தெரியும். உலகத்தின் பாரம் குறைய யுத்தமும் பஞ்சமும் என்று சொல்லியிருக்காம்.

ஊரிலுள்ள மக்களெல்லாம் பஞ்சம்பிழைக்க எங்கெல்லாமோ போனார்கள்.
பார்த்தால் அடையாளம் கண்டுபிடிக்க முடியாத அளவுக்கு மெலிந்துபோனார்கள்.

நம்ம பெரியக்கா இருக்க ஊருக்குப் போவமா என்று கேட்டார்கள் தங்கச்சிகள். சம்மந்தகாரங்க வீட்டுக்குப் போறாதாவது என்று மனசு சொன்னது; போகலாம் என்று சொன்னது வயிறு.

அந்த ஊரு கொஞ்சமா தூரம்
நடக்கச் சீத்துவம் வேனுமே
நாலுநாளும் ஆகும்; கூடவே ஆகும்.

கடவுளே என்று புறப்பட்டார்கள். தொடக்கத்தில் நின்றுகொண்டுதான் நடந்தார்கள். நடக்க நடக்க, குனிந்து கொண்டு நடந்தார்கள். அதும் மறாநாள், அதுக்கும் மறாநாள் தவழ்ந்துகொண்டுதான் போக முடிந்தது.

போகப் போக மனிதர்கள் அங்கெங்க படுத்துக் கிடந்தார்கள். இனி உருண்டு கொண்டுதான் போகணும்போலிருக்கு.

கடவுள் எப்பொக் கண்ணத் தொறப்பாம்? எங்கோ மனிதக் குரல்கள் கேக்கிறதே.
காலில் யாருடைய காலோபட்டு இடருகி றதே?
உருண்டே வந்துட்டீக போலெ!
சிரிக்க முடியலெ.
“வாயெத் தொறங்க, கொஞ்சம் கஞ்சிஊத்துறம்.

‘கஞ்சி வரதப்பா’ ன்னு கதையில கேட்டது. இப்ப நெசமாவே கஞ்சி வந்துட்டதா!

தண்ணீர்ப் பந்தல் போல கஞ்சிப் பந்தல். புண்ணியவான்கள் இருக்கிறார்கள்; புண்ணியவான்கள் இருக்கிறார்கள்.

வானம் கண்ணுக்குத் தெரிந்தது; பொட்டு மேகம், மருந்துக்கும் இல்லை. எழுந்துவர வருணனுக்கு மனமில்லை.

இவர்களுக்கு உட்கார முடிந்தது. தரையில் புல் முளைத் திருப்பது கண்களுக்குத் தெரிந்தது. பச்சைப்புல் பார்க்கும் இட மெல்லாம் பச்சைப் புல்.

மூக்குநிறைய்ய ஆசையோடு மூச்சு இழுத்துவிடத் தோணியது. ஒருவரை யொருவர் கட்டிப்பிடித்துக் கொண்டார்கள். பெயர்சொல்லியும் உறவு சொல்லியும் கூப்பிட்டுக் கொண்டார்கள்.

*

ஆ! இதுதான்; இதுவேதான்
அந்தஊர்.
சத்தம்போட்டுக் கூப்பிட்டார்கள், பெரியவளின்
பெயர் சொல்லிக் கூப்பிட்டார்கள்.
என்னமாயமோ இந்த ஒலி
அவளுடைய பிரியமான காதுகளில்
விழுந்திருக்குமோ தெரியலை.
நனையப்போட்ட உளுந்தையும்
கம்மம்புல்லையும் பெரிய ஆட்டுரலில்
போட்டு ஆட்டிக் கொண்டிருந்தவள்
அரங்கு வீட்டினுள் ஓடிப்போய் நாலு
பனங் கருப்பட்டி வட்டுகளை எடுத்து
வந்து ஆட்டுரலின் குழவியின்தலையில்
தேங்காயைத் தட்டி உடைப்பது போல
உடைத்துப்போட்டு வேகமாய் ஆட்டி
னாள்.
ஆட்டும்போதே தனது பிரியமுள்ள அப்பனை
யும் தங்கைமார்களையும் சொல்லிக்கொண்

டாள். இனிப்பூன்னா அப்படிப் பிரியம்;
உசுரு என்று சொல்லிக் கொண்டாள்.
உடனே கருப்பட்டிப் பணியாரத்துக்கும்
மாவாட்டத் தொடங்கினாள். வெண்ணெயை
உருக்கி நெய்யிலேயே பணியாரம் சுட்டாள்.

தவழ்ந்து கொண்டே அவர்கள்
வீட்டுக்குள் வரவும், சிறிய வட்டச்
சுளகுகளில் கருப்பட்டித் தோசைகளையும்
இனிப்புப் பணியாரங்களையும் வைத்துக்
கொடுத்தாள்.

ஆவலோடு எடுத்துத் தின்பார்கள் என்று
நினைத்ததுக்கு மாறாக, அவைகளைத்
தொடாமல், காரமாக எதாவது
செய்து கொடேன் எங்களுக்கு என்று
கேட்டார்களாம்!

இனிப்புகளாத் தின்னு தின்னு
நாக்குக செத்துப்போயிக் கிடக்கு
என்றார்களாம்!

"கரும்பு தின்னவனுக்குக் கரும்பு ருசி;
வேம்பு தின்னவனுக்கு வேம்புதான் ருசி"ன்னு
சொன்னது சொலவடைக்குத்தாம் சரி.
"மிளகாயெக் கொண்டா; மிளகாயெக் கொண்டா"
என்றார்களாம்.
வயித்துக்கு முன்னாலெ நாக்கு தோத்துப்
போயிரும். *

*

ஊருஉலகத்துக்கு எல்லாம்
சமைச்சிக் கொட்டிக் கொண்டிருந்த இந்த இவள்
சாப்பிடத் தொடங்கியதைப் பார்க்க
நேர்ந்தது ஒருநாள்.

முதல்லெ பச்சைத் தண்ணியெ
எடுத்து குடம் குடமா தலையிலெ கொட்டிக்
கொண்டாள். தலெமுடியெ துணிபிழியிறது
போலெ பிழிஞ்சிமுடிச்சிட்டு, தலெயத்
தொடைக்காமெ உடம்பையும் தொடைக்
காமெ துணியெ மட்டும் மாத்திக்கிட்டு
இலைக்கு முன்னாலெவந்து உக்காந்தா.

சிப்பிலித்தட்டாலெ பருக்கையெ இலையிலெ
தள்ள ஆரம்பிச்சதும் போதும் போதும் ன்னா.

"இதுயென்னெ; காக்காயிக்குச் சோறு
வச்சமாதிரியா. நல்லகூத்துதாம்!
தொடுகறிக எதும் வேண்டாம் னுட்டா.
மோருமட்டுமெ போதுனுட்டா.

தொட்டுக்கிட?

வரும் வரும்

கண்ணகப்பெ நெறைய அப்பதாம்
கொதிக்கிற நல்லெண்ணெயிலெ போட்
டெடுத்த ஒருசிரங்கெ காஞ்சமிளகா
வத்தல்; நுணுக்கிய கல்லுப்பு தாராளமாய்ப்
போட்டது.

அடியாத்தெ என்றாள் ஒருபாட்டி.
எல்லா ரோடெ கண்புருவங்களும்
உயர்ந்தபடியிருக்கெ, அதுகளை
இவள் பிரியமாச் சாப்பிட்டாள்.

பக்கத்தில பாக்கு இடிச்சிக்
கிட்டிருந்த பாட்டி, கண்ணாலெயே

கி. ராஜநாராயணன்

18

கண்ணைக் காட்டி, அது அப்படித்தாம்.
கோட்டை அடுப்புக்கு முன்னாலநின்னா
ரெண்டும் சாப்பிடத் தோணாது என்றாள்.

*

2

'வெள்ளைச் சேலைக் காலம் முடிஞ்சது'
ன்னும் சொல்ல முடியலை. ஆனாலும்,
"நா கண்டாங்கிச் சேலை கட்ட
முடியாது" ன்னு கறாலாச்
சொல்லிவிட்டாள் இந்த இவள்,

வெள்ளை நிறமும் ஒரு நிறம்தான்.
அதை, வேண்டும் என்றுதான் இவர்களுக்கு
வைத்திருக்கிறார்கள்.

வண்ண வண்ணமான ஆடைகள்
என்றால், மனது அலைபாயும் என்று
ஒரு கணக்கு!

கண்ணெக்காட்டி, அது அப்படித்தாம்.
கோட்டை அடுப்புக்கு முன்னால நின்னா
ஒண்ணும் சாப்பிடத் தோணாது என்றாள்.

*

2

'வெள்ளெச்சேலைக் காலம் முடிஞ்சது'
ன்னும் சொல்ல முடியலெ. ஆனாலும்,
 "நா கண்டாங்கிச்சேலை கட்ட
 முடியாது" ன்னு கராலாச்
சொல்லிவிட்டாள் இந்த இவள்.

வெள்ளை நிறமும் ஒரு நிறம்தான்.
அதை, வேண்டும் என்றுதான் இவர்களுக்கு
வைத்திருக்கிறார்கள்.

வண்ண வண்ணமான ஆடைகள்
என்றால், மனசு அலைபாயும் என்று
ஒரு கணக்கு!

இந்த 'காரிக்கம்' நிறம், ஒரு சன்யாசத்
தோடும் கூட்டில்லை. சன்யாசத்துக்கு
என்று ஒரு வண்ணத்தை (துவர்) வைத்
திருக்கிறார்கள். வெள்ளையில் அழுக்குத்
தெரியும்.

துணிநெசவுக்கு எந்திரங்கள் வருவதற்கு
முன்னால், ராட்டையிலிருந்து நூல்
நேராக
– சலவைக்குப் பேவதற்குமுன்னால் –
அப்படியே தறிக்குப்போய்விடும்.
புதுவேட்டி என்பது அதுதான்.

இந்த இவள் சலவை வெள்ளைச்
சேலைகளை உடுத்தமாட்டாள். வெள்ளாவி
வைத்து சலவையான சேலைகள்
உடுத்தமாட்டாள். அவளே துவைத்து
உடுத்துவாள். லவுக்கை என்கிற
ரவுக்கை அக்காலத்து பெண்கள்போலவே

இவளும் அணிவதில்லை.

ருசிக்குச் சாப்பிடாமல் பசிக்கும்போதுமட்டும் சாப்பிட்டு, தூங்கும்போது தலைக்கு அணைவைத்துக் கொள்ளாமல், தலையை மண்ணில் வைத்துக் கொண்டு படுப்பவளாக இருந்தாள்.

வெறும் காது, வெறும் கழுத்து, வெறும் கை, வெறும் கால் வெறும் வெத்து மனுசி.

பார்க்கும்படியாக இருப்பது வெளேர் என்ற அவளுடைய மாட்டுப்பற்கள் மட்டுமே. தலை கொள்ளாத கருங்கூந்தல்.

புருசன் செத்துப்போனால் கூடவேபோட்டுப் பொசுக்கிவிடும் காலத்துக்குப்பிறகு, இருந்தால் சவம் இருந்துவிட்டுப்போகிறாள்; வேலைக்கும் ஆட்கள் வேணுமே என்று பிறந்தவீட்டில்

வைத்துக்கொண்டார்கள்.

சம்சாரிகள் வீடுகளில் நாலு அய்ந்து வெள்ளைச் சேலைக் காரிகள் இருந்தால் கூலிவேலைக்கு ஆட்கள் மிச்சம்தானெ. கலர்கலராய் சேலைகள் எடுக்கவேண் டாம்; காரிக்கம் துணிகளேபோதும். இந்தத் துணிக்கு "பயணப்பீஸ்" என்றும் ஒரு பேர் உண்டு.

ஆமணக்குவிதைகளைச் செக்கில்
போட்டு ஆட்டினால் எண்ணெய்;
ஆட்களை வேலையில் போட்டுப்
பிழிந்தால் செல்வம்.

*

ஒருநாள் இந்த இவள், கவலையோடு தெருவழியாக நடந்து வந்துகொண்டிருந் தாள்.

ஒரு வீட்டின் வாசப்படியில் ஒரு பாட்டி உட்காந்து கண்ணீரைத் துடைத்கொண்டிருப் பதை இவள் பார்த்துவிட்டாள்.

பார்த்ததும் நின்றாள்.

என்னெ கவலைஅம்மா உனக்கு என்று கேட்டதும், தனது வீட்டின் தொழுவைக்காட்டி,

பசுமாடு ஈனமுடியாமல் படாதபாடு பட்டுக்கொண்டிருப்பதைக் கண்கொண்டு பார்க்கமுடியலெ தாயீ என்றாள்.

உள்ளே எட்டிப் பார்த்தாள் நிறைசினைப் பசு, எழுவதும் படுப்பதுமாய் ஆறாட்டப் பட்டுக் கொண்டிருந்தது. தலை ஈத்துப் பசு.

நேத்து ராத்திரியிலிந்து இப்படித் தான்; என்ன செய்யிறது அய்யோ.

சுற்றிலும் குழந்தைகளும் மற்றவர் களும் கவலையோடு பார்த்துக்கொண் டிருந்தார்கள்.

“இருக்கட்டும்; இதோ இப்பொவந்திருதேம்” என்று வேகமாய் போனாள் இவள்.

உடங்காட்டைப் பார்த்து ஓட்டமும் நடையுமாகப் போனாள். காட்டுக்குள் நுழைந்ததும் ஒரு முயல் குறுக்கே ஓடியது. ஒரு சந்தோசம்: உலகத் துக்கு ஒரு புது உயிர் வரப் போகிறது என்று சொல்லிக் கொண்டாள். முயல் ஓடிய அதே திசையைப் பார்த்துப் போனாள். அந்தப் "பெயர் சொல்லாத பச்சிலை" நிறையவே அங்கே இருந்தது. மூலிகையைக் கண்டதும் கையெடுத்துக் கும்பிட்டாள்.

இண்ணெக்கு எந்த திசை சூலம் என்று கேட்டுக்கொண்டு, கிழக்கேபார்த்து குனிந்து வேகமாய்ப் பறித்து கைநிறைய்ய வைத்துக்கொண்டு, அதே ஓட்டம் நடையோடு அங்கிருந்து புறப்பட்டாள்.

கைகளுக்குள் பச்சிலை இருக் கும்போது வாய்வார்த்தை கூடாதுயாரிடமும்.

கையைப் பொத்திக்கொண்டு வருகிற சீரைப்பார்த்தாலே மக்கள்தெரிந்து கொள்வார்கள்; டக் டக் கென்று விலகி வழிவிட்டு ஒதுங்கிக் கொள்வார்கள். அதைப் பார்க்கவே குழந்தைகள் சந்தோசம் கொள்வார்கள்;

வம்புக்காகவே சிலர்

அப்படி வருகிறவர்களிடம் பேச்சுக் கொடுத்துப் பார்ப்பார்கள். குழந்தை களுக்கு எல்லாமே ஒருவிளையாட் டுத்தான்!

இப்போது ஒரு அற்புதம் நடக்கப்போகிறது என்று ஒருவருக் கொருவர் பார்த்துக் கொள்வார்கள்.

பசுவின்நிலை அப்படியே இருந்தது. வந்த இவள், பொத்திய கைகளை வானத்தைநோக்கி உயர்த்தினாள். வானத்தில் அப்படி உயரே என்னெ இருந்தது?

- 25 -

அங்கே இல்லாதது உண்டா!
நம்முடைய பெரியவர்கள் எல்லாம்
அங்கேதானே இருக்கிறார்கள். அந்த
வீட்டிலே ஒரு வயதான பெரியவர்
இருந்தாரே என்று கேட்டால், மேலே
தான் கையை நீட்டுகிறார்கள்.
"மனசை விட்டுறாதே என்று
சொல்லி, எல்லாம் அவன் பாத்துப்பான்
என்று மேலேதான் கையைக் காட்டுகி
றார்கள்.
நமக்கு நீலம் பூத்த வானம் மட்டுந்
தான் தெரியும். அந்த வானத்திலிருந்து
தான் சோ என்று மழை இறங்குகி
றது. சம்சாரிகளுக்கு வேறு என்ன
வேணும்.
தடால் என்று இடி இடிக்கிறது.
ஜாக்கிரதை என்று எச்சரிக்கிறது நம்மை.

அங்கே இல்லாதது உண்டா! நம்முடைய பெரியவர்கள் எல்லாம் அங்கேதானே இருக்கிறார்கள். அந்த வீட்டிலே ஒரு வயசான பெரியவர் இருந்தாரே என்றுகேட்டால், மேலே தான் கையை நீட்டுகிறார்கள்.

"மனசை விட்டுறாதே என்று சொல்லி, எல்லாம் அவன் பாத்துப்பான் என்று மேலேதான் கையைக் காட்டுகிறார்கள்.

நமக்கு நீலம் பூத்த வானம் மட்டுந் தான் தெரியும். அந்த வானத்திலிருந்து தான் சோ என்று மழை இறங்குகிறது. சம்சாரிகளுக்கு வேற என்னெ வேணும்.

தடால் என்று இடிவிழுகிறது. ஜாக்கிறதை என்று எச்சரிக்கிறது நம்மை.

வண்ண நிறங்கள் கொண்ட வானவில்லைக்
காட்டி சந்தோசப் படவைக்கிறது
 இந்த வானத்திலிருந்து இறங்கி
வந்துதான் சப்த கன்னிகைகள் நம்ம
ஊர் தெப்பக்குளத்தில் யாரும் அறியாத
படி அம்மணமாய்க் குளித்துவிட்டுப்
மேலே போகிறார்கள்!
 இவள் வானத்திலிருந்து
எதையோ... எதிர்பார்த்தாள் போலும்.
இரு கைகளுக்குள் இருந்த பச்சிலை
களை ஒரு இலைகூட கீழேவிழாமல்
பிசைந்தாள். பச்சிலையின் மணம்
மணத்தது. கொண்டுபோய் பசு
மாட்டின் இருகொம்புகளுக்கு
இடையில் உள்ள பள்ளத்தில் சொட்டு விட்டு,
உடம்பின்மேல் தடவிக்கொண்டே
போய் பசுவின் 'அறை' யில் பக்குவமாகத்

தேய்த்தாள். பசுவின் கழுத்தை கட்டிப் பிடித்தாள்.

பசு முன்னத்தங்கால்களை மண்டி போட்டுப் படுத்து நாலுகால்களையும் நீட்டி நெட்டி முறிப்பதுபோல் பண்ணியது.

கொஞ்ச நேரத்தில் பசுவின் அறைவாயிலில் கன்றுக் குட்டியின் முன்னத்தங்கால்களின் வெள்ளைக்குளம்புகள் தெரிந்தன.

பார்த்துக் கொண்டேஇருந்த குழந்தைகளின் மகிழ்ச்சிக் குரல்களின் ஆரவாரம் கேட்டதும், பெரியவர்களின் வாய்கள் அவரவர்களின் குலதெய்வங்களின் பெயர்களை உச்சரித்தன.

நீட்டிய முன்கால்களோடு கன்னுக்குட்டியின் மூக்குக் கருப்புதெரிந்ததும் வீட்டுப்பெரியம்மாள் சேலையைத்திரைத்து வைத்துக்கொண்டு தயாரானாள்.

நீட்டியகால்களோடு மூக்கும் தலையும்
வந்த சித்திரம், நெடுஞ்சாண்கிடையாக
விழுந்து பூமித்தாயைச் சேவிப்பது போல
தெரிந்ததும், பெரியம்மா அதைத் தாங்கி
இழுத்ததும் வழுக்கிக் கொண்டே தரையில்
'பொன்னம்போல' சரிந்த விழுந்தது
கன்னுக்குட்டி. குலவையிட்டார் பெண்கள்.

மனுசர் உட்பட கால்நடைகளும்
பிரசவத்தைத் தொட்டு நஞ்சுக்கொடி
இறங்குதல் என்ற 'ரெண்டாவது பிரசவம்'
உண்டு. அதற்காகக் காத்திருக்க
வேண்டும்.

இவள் சரசர என்று வெளியேகிளம்
பினாள். ஊரைச் சுற்றி என்னெவெல்லாம்
முளைத்துக் கிடக்கும்; எங்கே போனால்
எதுகிடைக்கும் என்று தெரிந்தவள்.

கைப்பிடி அளவு பிரண்டைக் கொடிகளுடன் வந்தாள். பசுவின் அறையிலிருந்து தொங்கிக்கொண்டிருக்கும் இளங்கொடியின் நுனியில் அந்த பிரண்டைக் கொடிகளைக் கட்டி வைத்தாள்

இதற்கு முன்னால் பசு, கன்னுக்குட்டியை சுத்தமாக நக்கி – குளுப்பாட்டி வைத்ததுபோல:– செய்துவிட்டது.

கன்னுக்குட்டி பெட்டையா காளையா என்று தெரிந்துகொள்ள ஆசை. அதைக் கேட்டவர்களுக்கு, சம்சாரியின் தொழுவில் பிறந்தது ஆணென்ன பெண்ணென்னெ ரெண்டும் ஒண்ணுதாம்.

பால்வியாபாரிக்குப் பெட்டைவேணும் சம்சாரிக்கு மண்ணை உழ காளைக் கன்னு வேணும்.

சொந்தத் தொழுவில் பிறந்தால் சுழிகள்கூட பாராட்டுவதில்லை. போக்கிரிக்குழந்தை

பிறந்துவிட்டால் தூரவா வீசிவிட முடியும். என்றெல்லாம் பதில்கள் வரும்.

வீட்டுப் பெரியம்மா எல்லாவிதபதில் களுக்கும் ஆமா ஆமா என்று தலைஆட் டிக்கொண்டிருந்தாள், சந்தோசத்தில்!

இந்த இவளை கவனித்துக் கொண்டேயிருந்த பெரியம்மா, ‘இந்த நடுவய சில்த்தான் எவ்வளவு அனுபவம் இவளுக்கு:’ என்று வியந்து கொண்டாள்.

ஊர்களில் ஒருவரைப் பார்த்து "நீ யென்னெ பெரிய்ய இவளா?" என்று கேட்பார்கள் (ஆண் என்றால் இவனா) அப்படி ஒரு கேள்வி கேட்க இந்த இவள் பொருத்தமானவளே.

*

*

*

இவளுக்குக் கிடைத்தது ஒரு
“பிடிஅளவுக்” கல். அது ஓடும் தண்ணீருக்
குள் அகப்பட்டு நீர்ஓடும் போதெல்லாம்
உருட்டி உருட்டித் தேய்த்துத் தேய்த்து
மிருதுவாக ஆக்கிவிட்டிருந்தது.

அதைப் பார்த்ததும்,
‘எடுத்துக்கொ என்னெ எடுத்துக்கொ’
என்று சொல்லுவதுபோல இருந்ததாம்.

யாரும் அதை உபயோ
கித்துத் தூரப் போட்டிருக்கலாம்
அல்லது தவறவிட்டிருக்கலாம்.

அவளிடம் அந்தக்கல்
கிடைத்த முதல்நாள் உபயோக
மானது, கொட்டைப் பாக்கைத்

தட்டி உடைக்கத்தான்.

இன்னொரு வெள்ளைச் சீலைப் பாட்டி அந்தக் கல்லைக் கேட்டுவாங்கி அதை பல கோணங்களில்ப் பிடித்துப் பார்த்தாள், "இதெ எங்கெயிருந்து எடுத்தெ" என்று விசாரித்தாள்.

இப்படிக் கல் கிடைக்கிறது அபூர்வம் என்றாள். இவளைப் பார்த்து மனசுக்குள் சிரித்துக் கொண்டாள்; திருட்டுமுண்டை என்று நினைத்துக் கொண்டாள்!

*

மழைகள், பெய்யவேண்டுமே என்பதற்காகப் பெய்வதில்லெயாம்.
கொட்டித் தீர்க்க வேண்டும்.
அதன் திணவைத் தீர்த்துக் கொள்ள வேண்டும்.

பவுர்ணமி போன்ற கனத்த
நாட்களில், பருத்திமார்ப் படப்புகளில்
உறசும், பருவத்துக்குவந்த பெட்டை மாடுகள்.

உறாய்தலில் பல முறைகள்
உண்டு; ஸ்வரங்களின் ஏற்ற இறக்
கங்கள்போல
உச்ச ஸ்தாயை வரை.

இன்றளவும் கிராமங்
களில் ஒரு பலத்த நம்பிக்கை; பருவத்
துக்குவந்த பெட்டை மாடுகள் பருத்தி
மார்ப் படப்புகளில்போய் உறசித்தான்
சினை பிடிக்கின்றன என்று!

ஊருக்குள் ஒரு கிடாய்– "மருந்
துக்குக்" கூட – கிடையாது. பின்னெ எப்படிப்
பிடிக்கிறது சினை?

சிலவனப் பறவைகளும் பிராணிகளும்
காணாமல் போகின்றன. நாட்கள் கணக்கில்
போகும் அவைகள் சினையோடு வருகின்றன

-34-

அல்லது குஞ்சுகளோடு வருகின்றன.

அவை நம்மிடம் சொல்லிவிட்டுப் போனால் தானே நமக்குத் தெரியும்!

சொல்லிவிட்டுத்தான் போகும்; அதன் மொழிநமக்குத் தெரியாதே.

இந்த "முளை பிடுங்கி"ப் பசு காலையில் பார்க்கும்போதே வித்தியாசமாகத் தெரிந்தது. வாலை ஒதுக்கிப் போட்டிருந்தது. பெண்பிள்ளைகளில் சிலர் தூங்கும்போது பாவாடை நெகிழ்ந்து கிடப்பது போல.

பக்கத்துறையில் மாட்டுக்கிடை கிடக்கிறது. இதை அங்கே கொண்டுபோய் விட்டுவிடலாம் என்றால் பால் தந்து கொண்டிருக்கிறது. பால் சரியாக ஓயவில்லை. அதனால் கிடையில் சேர்த்துவிட மனசு வரவில்லை.

நடுச் சாமம் இருக்கும்; கட்டுத் தரையோடு முளையைப் பிடுங்கிக்கொண்டு

அல்லது குஞ்சுகளோடு வருகின்றன.

அவை நம்மிடம்

சொல்லிவிட்டுப் போனால்த் தானெ நமக்குத் தெரியும்!

சொல்லிவிட்டுத்தான் போகும்; அதன் மொழி நமக்குத் தெரியாதே.

இந்த "முளை பிடுங்கி"ப் பசு காலையில் பார்க்கும் போதே வித்தியாச மாகத் தெரிந்தது. வாலை ஒதுக்கிப் போட்டிருந்தது. பெண்பிள்ளைகளில் சிலர் தூங்கும்போது பாவடை நெஞ்சில் கிடப்பது போல.

பக்கத்துஊரில் மாட்டுக்கிடை கிடக்கிறது. இதை அங்கே கொண்டுபோய் விட்டுவிட லாம் என்றால் பால் தந்து கொண்டிருக்கிறது. பால் சரியாக ஓயவில்லை. அதனால் கிடையில் சேர்த்துவிட மனசு வரவில்லை.

நடுச் சாமம் இருக்கும்; கட்டுத் தரையோடு முளையைஒடித்துக்கொண்டு

பசுமாடு ஓட்டம் பிடித்துவிட்டது.

மன்மத வெறி

மனித நாக்குக்கு வத்துப் பாலின் ருசியைத்
துறக்க மனமில்லை. அந்தத் தயிர்ச் சாதத்தை
வாழைஇலையின் மணத்தோடு "முளைபிடுங்கி"
யின் வத்துப்பால் தயிர் மணமும் சேர்ந்து
வழித்து வழித்து நாக்கில் தேய்த்துத்
தேய்த்து உண்ணும் போது அந்த ருசியை
விட மனசில்லை. கடேசி கடேசிதான்
தூக்கல், –உச்சம்– அனைத்திலும்.

அந்த அத்தராத்திரியிலும்
இவள் அந்த 'காம' தேனுவைத் தேடிப்
புறப்பட்டாள். இப்படிப் பல தடவை
நடந்திருக்கிறது.

உடங்காட்டின் நடுவழியாகத்
தான் அந்த ஊருக்குப் போகணும்.
சில பச்சிலைகள் ராத்திரிகளில்த் தான்

ஒளிவிடுமாம். அதெல்லாம் நாட்டுவைத்தியர்கள் தான் அறிவார்கள். இவளுடைய பாட்டனார்ஒரு நாட்டு வைத்தியர். சிறூபிள்ளையிலிருந்தே அவரோடு உடங்காட்டுக்குப் பச்சிலைகள் பறிக்க வந்த நினைவுகள் உண்டுஇவளுக்கு.

இந்த உடங்காட்டு அய்யன் கோவிலுக்கும் அவரோடு வந்தது உண்டு. அப்போது இவளோ ஒரு விளையாட்டுக்குழந்தை. அப்போது அங்கே இவள் ஒரு கனமான எலி ஒன்றைப் பார்த்தாள். அவ்வளவு கனமான எலியை இன்றுவரையும் பார்த்ததில்லை! காட்டில் நடக்கும் எலி வேட்டையைக் கேள்விப்பட்டிருக்கிறாள்; பார்த்ததில்லை. இதை ஏன் விட்டு வைத்திருக்கிறார்கள் என்று பாட்டனாரிடம் கேட்டாள். இது அய்யனுடைய கோயில் எலி; இதைத் தொடமாட்டார்கள் யாரும்.

என்றார். அது பயமில்லாமல் நடமாடிக்
கொண்டிருந்தது. ஒரு தேங்காய்ச் சில்லுவை
எடுத்து அணில்தின்பதைப் போல தின்று
கொண்டிருந்தது.

தேங்காயை விடலை போடுகிறவர்கள்
அவர்களே அதை எடுத்துக் கொள்வதில்லை.
மற்றவர்களுக்கும் மற்றவைகளுக்கும்தான்.
விறகு பொறுக்கிறவர்களின் கண்களுக்குத்
தட்டுப்பட்டால் 'தொவையலுக்காச்சி'
என்று கொண்டுபோய் விடுகிறதும் உண்டு.

சின்ன வயசிலிருந்தே இவள்
காடோசெடியாகத் திரிந்து பயமின்றி
வளர்ந்தவள். குழந்தைப் பருவம்,சிறு
பிள்ளைப் பிராயம் முடிந்து உதப்பழப்
பிராயம் தொட்ட போது, உடல் நெகு நெகு
என்று இருந்த போது, இன்னும் கொஞ்சம்
பார்க்கணும் என்று தோன்றும் பார்க்கிறவர்களுக்கு.

பொதுவாக
மனுச சமூகத்துக்குப் புத்தி கிடையாது;
புத்தி இருந்ததில்லை எப்பவும். இருந்திருந்தால்
அற நூல்கள் ஏன் இந்த அளவுக்கு?
அவைகளை கேட்ட நேரத்துக்குத்தான்; திரும்புன
தும் மாறிவிடும்புத்தி.
இந்தவயசில் இவளை ஒரு கேடுகெட்ட,
நோய்க்காடு கொண்ட
கிழவனுக்குக் கட்டிக் கொடுத்தார்கள்.
அந்த வயசில்.
கல்யாணம் ஆனதும் அவன் செத்துப்
போய்விட வேண்டும் என்று இருந்தி
ருக்கும் போல; கண்ணை மூடிவிட்டான்.
இவளுக்குக் கிடைத்த தெல்லாம் நாலு
ஏக்கர் கரிசல்க்காடும் காரிக்கஞ் சேலை
யும்தாம்.
அந்த சமயத்தில் இவளை ஆவிசேர்த்துக்
கட்டிக்கொண்டு வாயாற அழுதவர்கள்எல்
லாமுமே காரிக்கஞ் சேலைகள் தான்.
ஆற்றுவாரில்லை; தேற்றுவாரில்லை அவர்களை.
ஒரு ஜென்மம் வீண்.

வயிறுக்கும் கடும்பசி உண்டு; உடலுக்கும் உண்டு. அறிந்தவர்கள் அறிவார்கள்.

ஒரு பச்சிலை வேட்டையின் போது பாட்டணோடு உடங்காட்டுக்குப் போயிந்தாள். "குழந்தே, சித்த நேரம் சாமி பக்கத்துல இரு. பயம் வேண்டாம். தவிச்சா, நீராவி(குளம்) பக்கத்துலதாம் இருக்கு ஒரு எட்டுலே போயி குடிச்சிட்டு வந்துரலாம் என்று சொல்லிவிட்டுப் போனார். 'எமன்பிள்ளையெப் பேய்அடிக்க முடியுமா' என்பார்கள். இவளை ஒன்றும் செய்ய யேலாதுளதாலும்.

இப்போது அவளுக்கு 'ஒண்ணுக்கு' மட்டும் நெருக்குவதுபோல இருந்தது. சாமியின் வனத்துலெ "ஒண்ணுக்குஅடிக்க" லாமா; கண்ணெக் கெடுத்துர மாட்டாரா.

சாமி அய்யனுக்கு நல்...ல திரட்டுமுழி.

கொஞ்சம் மறைவாப் போயிறலாம்

என்று நடந்தாள். நின்று கொண்டே இருக்க

லாமா உக்காந்து இருக்கலாமா. நடந்து

கொண்டே இருந்து பார்த்தால்! என்னெ?

ஒரு தடவை கம்மாயில் குளிக்க

இறங்கிய போது தண்ணீருக்குள் இறங்கி நின்றுகொண்டே இருந்து

பார்த்தாள். புருசபயமில்லாமல் இருக்கலாம்

என்று தெரிந்தது. கருப்புமாடுகள் தண்ணீரில் இறங்கியும் செய்யும்.

மனுசமன வக்கிரங்களுக்கு அளவு

உண்டா.

கிட்டத்தில் எங்கே ஒரு சிறிய உயிரின்

அவலக் குரல் நெஞ்சைத் தொட்டது இவளை.

தேடிப் போனால்... சாம்பல் நிறத்தில்

ஒரு பூனைக்குட்டி நடுங்கிக் கொண்டே

'யாரும் இல்லையா' என்பது போல

தீனமான கூவல்.

அதன் முன்னங்கால்களின் மேல்தோலை

கைவிரல்களால்

கவ்விப்பிடித்து அதன்தாய் தூக்குவது போலத்

தூக்கிப் பிடித்துப் பார்தாள். குட்டிகளை எப்படித் தூக்க வேண்டும் என்று தெரிந்து வைத்திருந்தாள்.

ஆண் குட்டிதான். வீடு தங்காது; என்றாலும் கொண்டு போகலாம் என்று பட்டது. பாட்டனாரிடம் சொல்லிக் கொள்ளலாம்.

வீட்டுக்குக் கொண்டு போகும் வரை தாமரிக்க வேணுமெ. எங்கெ வைக்கிறது என்று இடம் தேடினாள். அய்யன் சிலைக்குப் பக்கத்தில் இரண்டு குடிதாழிகள் தரை யோடு புதைத்து இருந்தன.

சில சமயங்களில் அய்யனுக்குப் பொங்கல் வைக்க வருகிறவர்கள், பக்கத்தில் இருக்கும் நீராவிக் குளத்திலிருந்து தண்ணீர் கொண்டுவந்து ரொப்பிவைத்துக் கொள் வார்கள்.

கடுங்கோடையில் அதேதண்ணீர் வனத்தில் வாழும் சீவன்களின் தகை

அடங்க உதவும்.

இப்போதில் அதில் தண்ணீர் இல்லா ததால் உள்ளே வைத்ததும் அதன் அனத்தில் அதிகமாகியது.

பாவம் பசி போலிருக்கு. என்னெ செய்ய. பாலுக்கு எங்கெ போக.

பக்கத்து ஊர்களில், மாடு ஈண்ட வுடன் அவர்கள் செய்யும் முதல்க்காரியம் கன்றுக்குவிட்டதும், மீந்த முதல்ப் பால் ஒருதம்ளரில் விட்டு அய்யனுக்குக் கொண்டு வருவார்கள். கற்சிலையென்றால் தலையில் அபிசேகம் என்று விடலாம். இந்தத்திரட்டு முழிஅய்யன் மண்ஓட்டில்ஆனவன். அங்கே மரத்தினால் செய்யப்பட்ட பத்தல் இருந்தது. அதில் விட்டுவிட்டுப் போய் விடுவார்கள். அய்யனுக்கு வாகனம் புலி.

புலிப்பால் கொண்டுவரத்தான் அய்யன்

கி. ராஜநாராயணன்

கானகம் வந்தானாம்.
அவனுடைய சித்திக்குத் தீராத ஒற்றைத் தலை
வலி. சங்கு அமுர்தப்பாலில் வசம்பை உரசி
ஒரு விழுங்கு மண்டையில் தேய்த்தால் போதும்.
தலை வலி போறேன்போறேன் என்று
போய்விடும் என்று அரண்மனை வைத்தியர்கள்
சொன்னார்கள்.
அமிர்தப்பால் வேண்டாம்; புலிப்பால்
தான் வேணும் என்று பிடிவாதம் பிடித்
தாள் சித்தி.
அய்யனை அனுப்பினார்கள்;
மலங் காட்டுக்குப் போனா
இடத்தில் "மடிந்து" போவான் என்பது
சித்தியின் கணக்கு.
அவன் புலிப்பாலுடனும் அதன்
மேல் ஏறி சவாரியும் செய்து கொண்டு
இப்பொழுதுதான் வந்தானாம்; பாட்டி, பார்த்தது
போலச் சொல்லுவாள்.
இது யோகம் செய்த பூனைக்
கிட்டுதாம்; பத்தில் இக்கொன்று பால்தெரிந்தது.

கானகம் வந்தானாம்.

அவனுடைய சித்திக்குத் தீராத ஒற்றைத் தலை வலி. சங்கு அமிர்தப்பாலில் வசம்பை உறசி ஒரு விழுங்கு மண்டையில் தேய்த்தால்ப் போதும். தலை வலி போறேன் போறேன் என்று போய்விடும் என்று அரண்மனை வைத்தியர்கள் சொன்னார்கள்.

அமிர்தப்பால் வேண்டாம்; புலிப்பால் தான் வேணும் என்று பிடிவாதம் பிடித் தாள் சித்தி.

அய்யனை அனுப்பினார்கள்; மலங்காட்டிற்குப் போன இடத்தில் "முடிந்து" போவான் என்பது சித்தியின் கணக்கு.

அவன் புலிப்பாலுடனும் அதன் மேலே ஏறி சவாரியும் செய்து கொண்டு வந்தானாம்; பாட்டி, இப்போதுதான் பார்த்தது போலக் சொல்லுவாள்.

இது யோகம் செய்த பூனைக் குட்டிதாம்; பத்தலில் இக்குநூாண்டு பால் தெரிந்தது.

அதை பஞ்சில் தோய்த்து நீட்டினால்
சுவைக்க ஆரம்பித்துவிடும். பூணூல்ப்
பருத்திச் செடியொன்று உயரமாக அங்கே
வளர்ந்து நின்றது. அதன் கீழே விழுந்து
கிடந்த பருத்திச் சுளை என்னமும் இருக்குமாஎன்று
தேடினாள். மண்ணில் புதைந்து கிடந்த பஞ்சுச்
சுளை கிடைத்தது. உருட்டிச்செய்து
பாலில் தொட்டு பூனைக்குட்டியின் மூக்குக்
கிட்டத்தில் தொட்டவுடன் சுவைக்க ஆரம்
பித்ததும் சந்தோசம் வந்ததுஇவளுக்கு.

சொட்டுப்பால் போதவில்லை. காம்
பைத் தேடுகிறது!
'அட எளவெ' என்று சொல்லிக் கொண்டாள்.
கீழேவிட்டால் கூப்பாடு போடுவதும்
எடுத்து வைத்துக் கொண்டால் அனத்து வதுவா
கவும் படுத்தியது. உடம்பின் சூடுதேவை,
அதுக்கு. குளிர் நடுக்கம் தீர வேண்டும்.

தரையில்விட்டு, உட்கார்ந்துகொண்டு

பாவடையால் போர்த்தி மூடினாள்.

அனத்தல் நின்றது. வெறும் உடம்பில்

ஒட்டிக் கொண்டது. உடம்பை முகர்ந்து

கொண்டே மேல் நோக்கி உராய்ந்து கொள்

டே நகர்ந்து வந்தது. கூச்சத்தால் இவளுக்கு

உடல் சிலுர்த்தது. இவளுக்கும் வேணும்

போலிருந்தது.

பூனைக் குட்டிகளே இப்படித்தான்.

அவள் வீட்டில் அவளுக்கு பூனைக்குட்டி

வளர்த்த அனுபவம். யாரிடமும் அவை

சொல்லாதுகள்.

அப்படியே, இவளும் பூனைக்குட்டி

யும் சேர்ந்து தூக்கத்துக்கு ஆட்பட்டுக்கிடந்

தார்கள்.

பாட்டனார் வந்து சத்தம் கொடுத்து

எழுப்பியதும்.

பூனைக்குட்டி கிடைத்தது பற்றிச் சொன்னாள்.

குட்டியை வாங்கிப் பார்த்து விட்டு,
"செ, இது ஆண்குட்டியில்லா; வீட்டுலெ
நிக்காதே" என்றார்.

இருக்கிறவரை இருக்கட்டமே தாத்தா
என்று செல்லங் கெஞ்சினாள். சரி; வச்சுக்
கொ என்று சொல்லிவிட்டார்.

ஆண் பூனை வீட்டை
விட்டு ஓடிப் போய்விடுவதில்
ஒரு சவுகரியம்; திரும்பவும்
ஒரு குட்டி வளர்க்கலாம்!

*

பாட்டனார் காலமாகும்
வரை இவளுக்கு ஒரு ஆதரவான
துணையாக இருந்தார்.

புருசக் கிழவன் செத்த பிறகு
பாட்டனாரும் மனசொடிந்துபோனார்.

இனி நீ அந்த வீட்டில் இருக்க
வேண்டாம்; நம்ம வீட்டுகே வந்துரு என்றார்.

மனசு அலை பாய்வதுபோல, அந்த வீட்டுக்கும் இந்த வீட்டுக்கும் இருந்து பார்த்தாள்.

பகல்கள் கழிந்து போய்விடும் எப்படியும். இரவுகளின் தனிமையைத்தான் தள்ளுவது சிரமம். ஊரெல்லாம் கட்டிப் பிடித்துத் தூங்கிக்கொண்டிருக்கும்.

சாமியாடிகள், தேள்க்கடி பூச்சிக்கடிக்குப் பச்சிலை பூசுகிறவர்கள், நாட்டு வைத்தியர்கள் இப்படியானவர்களைத் தனிமையில் எங்கே கண்டாலும் மதிப்புக்கொடுத்து விலகிப்போய்விடுவார்கள். சின்ன வயசிலிருந்தே இந்த இவளுக்கு அப்படிஒரு சவுகரியம் இருந்தது வசதியாகப்போய்விட்டது.

தனிமை வாழ்க்கை வாழுகிறவர்கள் ஏதோ ஒருவகையில் இப்படிச் சமாளிக்கிறார்கள்.

*

—48—

*

சின்னவயசில் தட்டைக்காட்டில் ஓடிப்பிடித்து விளையாடியதெல்லாம் நினைவுக்கு வந்தது.

மனுச வயசில் இப்படி ஒரு பருவம்! அனைவருக்கும் வெவ்வேறு வடிவங்களில் அமையும்.

பெண் குழந்தைக்கு அரசிலையும் ஆண் குழந்தைக்கு அதலைக்காயும் முடிந்து, துணி மறைவு என்று வந்தவுடன் தெரு விளையாட்டுகள் முடிந்து "தட்டைக் காடு" விளையாட்டு தொடங்கும்.

பிள்ளைகளுக்குக் கால் முளைத்துவிட்டது; இனி ஒருஇடத்தில் நிற்கமாட்டார்கள் என்று பெரியவர்கள் சொல்வார்கள்.

அந்த வயசுக் குழந்தைகளுக்கு சாதி கிடையாது மொழி கிடையாது தொழில் கிடையாது;

*

சின்னவயசில் தட்டைக்காட்டில் ஓடிப்பிடித்து விளையாடியதெல்லாம் நினைவுக்குவந்தது.

மனுச வயசில் இப்படி ஒரு பருவம்! அனைவருக்கும் வெவ்வேறு வடிவங்களில் அமையும்.

பெண் குழந்தைக்கு 'அரசிலை'யும் ஆண்குழந்தைக்கு 'அதலைக்கா'யும் முடிந்து, துணி மறைவு என்று வந்தவுடன் தெரு விளையாட்டுகள் முடிந்து "தட்டைக் காட்டு" விளையாட்டு தொடங்கும்.

பிள்ளைகளுக்குக் கால் முளைத்துவிட்டது; இனி ஒரு இடத்தில் நிற்கமாட்டார்கள் என்று பெரியவர்கள் சொல்வார்கள்.

அந்த வயசுக் குழந்தைகளுக்கு சாதி கிடையாது மொழிகிடை கிடையாது தொழில் கிடையாது;

(பள்ளிக் கூடங்களிலும்கூட அப்படித்தான்)
இவையெல்லாம் ஊருக்குள் வந்தபிறகுதான்.
ராமீயின் வீட்டுமொழி கன்னடம்.
இந்த இவளுடைய வீட்டுமொழி தெலுங்கு(வடுகு)
இரண்டு குழந்தைகளும் தங்களுக்குள்
சரளமாக தெலுங்கிலும் கன்னடத்திலும்
ஒருவருக்கொருவர் பேசிக்கொள்வார்கள்.

ஊரின் விளிம்புக்கு வந்து
விட்டால், பார்க்கிற அனைத்தும் அதிசயங்
களாகத்தான் தெரியும்.

அந்தக் காலங்களிலெல்லாம்
மழைகள் அடித்துப்பெய்யும், மழைக்
காலம் முடிந்தவுடன், வண்ணக்
கலவைகள் நிறைந்த வண்ணத்துப்பூச்சிகள்,
வா வா என்று சிறுவர்களைக் கூப்பிடும்,
தட்டாம் பூச்சிகளும்.

அன்றைக்கு, குங்குமம் நிறத்தில்
ஒரு தட்டாம் பூச்சிவந்து இவர்களை

அலைக்களித்தது.

அது அந்தப் பூச்சிக்கும் சந்தோசம்; இவர்க
ளுக்கும் சந்தோசம்.

அய்யோ இதெப் பிடிச்சிறணும்; எப்
பிடியாவது என்று சொல்லிக் கொண்டார்கள்.

'அஸ்கு புஸ்கு
ஆசெ தோசெ
அப்பளம் வடை'

என்று சொல்லிக் கொண்டே போய் அந்தப் பூச்சி தண்ணீ
ருக்குள்ளேயிருந்து வெளியில் நீட்டிக் கொண்டிருந்த
ஒரு குச்சியின் நுனி
யில் உட்காந்து கொண்டது. இந்தத்
தட்டாம் பூச்சிகளுக்கே தண்ணீரில்
நீட்டிக்கொண்டிருக்கும் குச்சியின் நுனி
ஏன் பிரியமாய் இருக்கிறது என்று
தெரியவில்லை!

அந்தத் தண்ணீரும் இவர்களை
வாங்கெ வாங்கெ என்று கூப்பிட்டுக்
கொண்டிருந்தது.

அதை நம்பி அப்படி இறங்கி பல குழந்தை
கள் காணாமல் போயிருக்கிறார்கள்.

குழந்தைகள் கேட்டன தட்டாம் பூச்சியிடம்;

"தட்டாம் தட்டாம்
எங்கெ போயிருந்தே
இத்தினி நா?"
"நா எம் பாட்டிவீட்டுக்குப்
போயிருந்தேம்"
"பாட்டி வீட்டுக்கு ஏம்
போயிருந்தெ"
"மழை பேஞ்சிக் கிட்டே
இருந்தா அதாம் போனேம்"
ஓம் பாட்டி வீடு
எங்கே இருக்கு?
"சமுத்திரத்துக்கு அங்கிட்டு
ரொம்பதூரெ"
"அம்புட்டுத் தூரம்
ஏம் போகணும்"

என்று இவர்கள் கேட்டார்கள்.

"இங்கென இருந்தா
பல்லி ஓணான் வந்து
கடிச்சித் திண்ணுரும் லெ"

அதைக் கேட்டு இவர்கள் சிரித்தார்கள்.
தட்டானும் சிரித்துக் கொண்டது
இந்த சமயத்தில் எங்கிருந்தோ ஒரு

ஒரு அதட்டும் குரல் கேட்டது.

"யே பிள்ளைகளா யாரு அங்கெ?;
இங்கிட்டு வந்திருங்கெ. குட்டத்து
நிறைய்ய தண்ணி கிடக்கது தெரியலெ!
[+]தவக்கா பிடிச்சிறப் போறீகெ!!
என்று எச்சரித்தது அந்தக்குரல்.

தட்டாம் பூச்சியும் இவர்களைப்
பார்த்து, "போயிருங்க போயிருங்கெ" என்றதும்
பின்வாங்கி வந்துவிட்டார்கள்.

மந்தைப் புஞ்சைக
ளின் தரைத் தொடக்கத்தில்
நாத்துச்சோளப் பயிர்கள்தான்
அடர்த்தியாக நிற்கும். இந்தநெருக்
கத்தைத் தாண்டித்தான் விளைச்சல்ப்
பயிர்களான கம்மல்புல் குதிரவாலி
துவரை, வரகு போன்ற பயிர்வகைகள்
நிற்கும்.

[+] "தவக்காய் பிடிச்சி"
செத்துப் போகப் போறீங்க,
தவக்கா என்பது தவளையைக் குறிக்கும்.

கி. ராஜநாராயணன்

53

நாத்துச் சோளப் பயிர்மேல் ஈரவெயில்
இருக்க இருக்க அதிலிருந்து ஒரு
ஒட்டுதலான மணம் வீசும்.

இனி எங்கே போக என்று
இவர்களுக்குத் தெரியவில்லை. எல்லை தாண்டி
யாரும் வந்துவிடக் கூடாது என்றுதான்
அந்த நாத்துச் சோளப் பயிர்களுக்குள்ளே
தரையில் முள்ளு போட்டு வைத்திருப்
பார்கள். அதை ராஜீ தான் இவளுக்குச்
சொன்னாள்.

ஏற்பட்ட ஒற்றையடிப் பாதையில் முள்
இருக்காது. அதன் வழியாக
நுழைந்து காட்டுப்புதர்களுக்
குள்ளே போனதும் இவர்களின் நடை
ஒரு குதியாட்டமானது. ஒரு துள்ளு, ஒரு நடை,
ஒரு நடை ஒரு துள்ளு. பளிச்சென்று ஒரு குதி,
ஒரு திரும்புதல் என்று அலுப்பு சப தெரியவில்லை.

நாத்துச் சோளப் பயிர்மேல் ஏறவெயில்
இறுக்கஇறுக்க அதிலிருந்து ஒரு
ஒட்டுதலானமணம் வீசும்.

இனி எங்கே போக என்று
இவர்களுக்குத் தெரியலை. எல்லை தாண்டி
யாரும் வந்துவிடக் கூடாது என்றுதான்
அந்த நாத்துச்சோளப் பயிர்களுக்குள்ளே
தரையில் முள்ளுபோட்டு வைத்திருப்
பார்கள். அதை ராமீ தான் இவளுக்குச்
சொன்னாள்.

ஏற்பட்ட ஒற்றையடிப் பாதையில் முள்
இருக்காது. அதன் வழியாக
நுழைந்து காட்டுப்புஞ்சைகளுக்
குள்ளே போனதும் இவர்களின்நடை
ஒரு குதியாளமானது. ஒரு துள்ளு, ஒரு நடை,
ஒரு நடை ஒரு துள்ளு. பளிச் சென்று ஒரு குதி,
ஒரு திரும்புதல் என்று அலுப்பே தெரியவில்லை.

கி. ராஜநாராயணன்

கம்மங்காடு முடிந்து பருத்திக்
காடு வந்தது. அதனுடைய 'மஞ்சமஞ்சேர்'
என்ற பூக்களைப் பார்த்ததும் ராமீ தான்
ஒரு உற்சாகமாக ஊளை யிட்டாள். அதையே
பின்பற்றி இவளும் ஊளையிட்டாள்.

ஏம் இப்படி ஊளையிட்டுக்
கொண்டு போகிறோம் என்று அவர்களுக்கே
தெரியவில்லை. தோன்றிய தெல்லாம்
செய்யும் வயசுக் கோளாறு அது.

மழைக் காலத்துக்கு முன்
னால் அது வெறும் மண்காடாகத்தான்
இருந்தது. மழைகள் இறங்கி வந்து
அந்த வெறும் மண்ணைப் புணர்ந்தவுடன்
இந்த அற்புதக்காடே பிறந்தது.

ஊர்க் கொண்டிக் காவல்க்காரன்
தூரத்திலிருந்தே இவர்களைக் கண்டு
கொண்டான். தனது நடுவிரலோடு

பெருவிரலையும் சேர்த்துவைத்துக் கொண்டு
வாயினுள் நுழைத்து காதைப் பிளக்கும்
விசிலின் ஓசை புறப்பட்டது. திரும்பிப்
பார்த்தார்கள் இவர்கள்.

'போய்விடுங்கோ போய்விடுங்கோ'
என்று கைஅசைத்தான்

இவர்கள் ஒருவரைஒருவர் பார்த்து
சிரித்துக்கொண்டார்கள்.

என்னெ செய்ய. சரி; கிளம்புவோம்
என்று அதே உற்சாகத்துடன் ஊர்
வந்து சேர்ந்தார்கள். காட்டில்நின்ற மரங்க
ளெல்லாம் இதைப் பார்த்துக் கொண்டு
நின்றிருந்தன அசைந்துகொண்டே.

*

மூக்குப்பொடித் தாத்தா, ஊர்
மடத்துக்குப் படுத்துக்கொள்ளப் போ
கும்வேளை. அவர் அங்கே போவ
தற்கான ஏதுகாரங்களைச் செய்துகொண்
டிருந்தார். அவரை அனுப்பிவைத்துவிட்

டுத்தான் இந்த இவள் தனது பிறந்தவீட்டுக்குப் படுத்துத் தூங்கப் போகணும். அங்கே போனவுடன் இவள் வீட்டில் முதலில் நினைப்பது அந்த சாவஞ் செத்த பயலுக்குக் கொண்டுபோயி அனுவனமான நம்ம பெண்ணெக்கொண்டு போயி தாரெவார்த்தோமெ என்று பொருமுவார் கள்.

குறிப்பிட்ட வீட்டுப் பெயர் உடையவர்கள், குறிப்பிட்ட ஒரு வீட்டுப்பெயர் உடையவர்களின் வீட்டில்த்தான் சம்மந்தம் கொள்ளவேண் டும் என்று முன்னோர்கள் வரையரை செய்துவைத்து விட்டார்கள். இதில் நல்லதுகளைவிட கெட்டதுகள்தான் அதிகம்.

இந்த மூக்குப்பொடி நாய்க்கருக்குப் பலபெயர்கஉண்டு. அதில் ஒன்று "ஓதப்புடுக்கம்." இதைச் சத்தம் போட்டுச் சொல்லுகிறதில்லை.

அவருக்கு மடத்தில் போய் படுத்தால்தான் தூக்கம் வரும்.

வீடுகளில் எவ்வளவு வசதிகள் இருந்தாலும்
மடம் ஆகுமா!
மடமே ஒரு சின்ன ஊர்தான். இவர்களை
எதிர்பார்த்துத்தான் பிழைக்கின்றன;
கொசுக்கள், மூட்டைப்பூச்சிகள், சீலைப்
பேன்கள், ஈக்கள் மற்றும் பலதுகள்.

இந்தத் தாத்தாவை எதிர்
பார்த்துக் காத்திருப்பவர்கள் பலபேர்கள் அங்கெ.

முதலில் அவரே தன்னுடைய
'உடம்பைத்'தூக்கிச் சுமந்துகொண்டுவரணும்.
யாரிடமும் 'அதை' த்தரமுடியாது.

அவருடைய சுசினம்
நாறத்தங்காய் அளவில் இருந்து இப்பொ
பூசணிப்பழம் அளவாகிவிட்டது.
இதைத் தூக்கிக்கொண்டு பதனமாய் நடந்து
வருவது ஒரு பாடு. பெரியவர்கள் சொல்லி
யிருக்கிறார்களே: "கை பதனம் வாய் பதனம்
சுசினம் பதனம்" என்று

மடத்தின் மக்களுக்கு இதுபற்றியெல்லாம் கவலை இல்லை; அவர் கொண்டுவருகிற பொடிப்பட்டைதான் அவர்களுக்குவேணும்.

அவர் ரெண்டுவகைப் பட்டைகள் வைத்துக் கொள்வார். இவர்களுக்கானது ஒன்று; இது பெரிய சைஸ். தனக்கானது சின்னது. இதுபட்டணம்பொடி, அது ஏழாயிரம்பண்ணைப் பொடி. காட்டம் குறைவாகஇருக்கும்; விலை மலிவும் கூட. இதைத்தான் அவர்களின் கண்ணில் காட்டுவார். கையில் தருவதில்லை. இரண்டுவிரல்களில் எடுப்பது, ஒரு சிட்டிகை.

கோயில்களில் இந்த 'முத்திரை'யைப் பார்த்த அறியாதவன், சொன்னானாம் "அடேய், நம்ம சாமியும் பொடி போடுவார் போலிருக்கே!"

எடுப்பது ரெண்டே விரல்க் கிடைதான்; என்றாலும் அந்த விரல்களுக்குள் உலகத்தையே அடக்கி விட முடியுமா என்பதுபோல இருக்குமாம். முக்கியமாக இது பல்லுக்குப் பொடி எடுக்கிறவர்களின் பாடு. மூக்குஎன் றால் ரெண்டே துளை தான்; பற்கள் முப்பத்து ரெண்டுஅல்லவா.

இன்னொரு வகையறா உண்டு. அதைச்சொல்ல நமக்கேக் கூச்சம். படுத்துத்தூக்கம் பிடிக்க ஆரம்பித்தவுடன் – ரிஷிகள் தபசு பண்ண ஆரம்பித்தவுடன் அரக்கர்கள் வந்து தொந்தரவு கொடுப்பதுபோல – அபானத்தினுள் நுனியில் பொடீ வெண் புழுக்கள் வந்து குடைச் சல் கொடுக்க ஆரம்பித்துவிடும்.

கம்பு எடுத்து அடிக்கவா முடியும். சங் சங் என்று குதித்தாலும் போகாது.

மூக்குப்பொடியைத் தொட்டு அந்த இடத்தில் வைத்தாலே போதும்; போறேன் போறேன் என்று சொல்லாமல்க் கொள்ளாமல் ஓடிவிடும் உள்ளே.

திரும்பவர ரொம்பநாழி ஆகி விடும்; அதுக்குள் தூங்கிவிடலாம்.

இந்த "வைத்தியத்தை" யாரு கண்டு பிடித்தார்களோ தெரியாது. அந்த அவர்களுக்கும் நம்ம ஆளு பட்டையை நீட்டி உதவுவார்.

தருமர்கள் தண்ணீர்ப் பந்தல் வைத்து உதவுவதுபோல இப்படியான 'பொடிப் பந்தல்' வைத்து உதவலாம்!

*

இப்படியான மடங்கள் – சாவடிகள் – கிராமங்களில் சாதிவாரியாகவும் மொழிவாரியாகவும் உண்டு.

மடங்களில் பஜனை பாடுவார்கள். பிறகு அது பஜனைமடம் என்று

பெயராகிவிடும்.

யாராவது ஒருவர் அதனுள் ஒரு சாமி படத்
தைக் கொண்டுவந்து வைத்து விடுவார்
கள். அந்த சாமி புண்ணியத்தில்
ஊதுபத்தி மணக்க ஆரம்பிக்கும்.
அதையொட்டி வாரநாட்களில் சுண்ட
லும் கிடைக்க ஆரம்பித்து விடும்.

ஊர்மேல்ப் பாதையை
ஒட்டி அந்த மடம் அமைந்
திருந்தால் நடைப்பயணிகள்,
சாய்ந்திரம் ஆகியிருந்தால் தங்கித்
தான் போவார்கள்.

"சாப்டியா?" என்று கேட்டு
உபசரிப்பார்கள் சம்சாரிகள் வந்த
வர்களை.

இதே மடம் சில பகல் வேளைகளில்
ஊர்வழக்குகளைத் தீர்த்துவைக்கும்

இடமாக மாறிவிடும்.

ஊர்க்கூட்டங்கள் நடக்கும் இடமும் இதுதான்.

ஒருநாள், இந்த மடத்துக்கு ஒரு ஆள் வந்தான். எப்போ வந்தான், எதுக்கு வந்தான் என்று யாரும் கவனிக்கவில்லை.

ஆளைப் பார்த்தால், பீத்தியானைவிட்டுப் பையனாகத் தெரிந்தது. மயிர்க்கன் கரைபோட்ட வேட்டிக் கட்டியிருந்தான். வீட்டுக்குச் செல்லப்பிள்ளையாக இருந்திருப்பான்போல. எதையோ பறிகொடுத்தவன்போல, எதன்மேலயும் யார்மேலயும் பதியாத ஒரு பார்வை. எது கேட்டாலும் பதில் இல்லை.

விடிந்தும் விடியாததும், மேக்குப்பொட்டு நாயக்கர் தன் "பொட்டணத்தை" தூக்கிக்கொண்டு

இடமாக மாறிவிடும்.

    ஊர்க்கூட்டங்கள் நடக்கும்
இடமும் இவைதான்.

    ஒருநாள், இந்த
மடத்துக்கு ஒரு ஆள்வந்தான்.
எப்பொவந்தான், எதுக்கு வந்தான்
என்று யாரும் கவனிக்கவில்லை.

    ஆளைப் பார்த்தால், வசதியான வீட்டுப்
பையனாகத் தெரிந்தது. மயில்க்கண் கறை
போட்ட வேட்டிக் கட்டியிருந்தான்.
வீட்டுக்குச் செல்லப்பிள்ளையாக இருந்தி
ருப்பான்போல. எதையோ பறிகொடுத்
தவன்போல, எதன்பேர்லயும் யார்மேலெயும்
பதியாத ஒரு பார்வை. எதுகேட்டாலும்
பதில் இல்லை.

    விடிந்தும் விடியாததும், மூக்குப்பொடி
நாயக்கர் தன் "பொட்டணத்தை" தூக்கிக்கொண்டு

தன் வீடுவந்து சேர்ந்துவிடுவார். கிட்டத்தட்ட இருட்டுலேயே போய், இருட்டுலேயே வந்துவிடுவார். தெருவிளக்குகள் என வராத காலம் அது.

அதனால் மடத்துக்குப் புதுசாக ஒருவன் வந்ததை அவர் பார்க்கவில்லை.

மடத்துக்குக் கதவுகள் கிடையாது; சன்னல்களும் இல்லை என்றே சொல்ல வேணும். வழுவழுப்பான செங்கல்கள் பதித்ததரை. அப்படிஒரு குளுமை. தரையில் எதையும் விரிக்காமல் கையைத் தலைக்கு வைத்துக் கொண்டு தூங்கலாம்.

காலைக்கஞ்சிக்கு மேல்தான் "ஆடுபுலி" ஆட்டம் போடுகிறவர்கள் ஒவ்வொரு வராக வரத் தொடங்குவார்கள்.

வீடுகளில், தவழத் தொடங்கும் குழந்தைகளை, தூக்கி வைத்துக் கொள்ள என்றே பெரிய பிள்ளைகள் உண்டு.

அவர்கள், மடத்துக்கு விடிந்ததும்,
வந்த வுடன் அவர்கள் பார்வையில்த்தான்
பட்டான் அவன்.

யாரு, என்று கேட்காத இடம்
ஊரில் மடம் தான்.
இருக்க இருக்க அவனை கவனிக்க
ஆரம்பித்தார்கள். காரணம் அவன் காதுக
ளில் அப்படி ஒரு கடுக்கன் ஒளிர்ந்தது.
சிகப்புக்கல்; அதிலும் பழைய சிகப்பு.
அதை முதல் கண்டுபிடித்தது பெரிய
வீட்டுத் தாயமக்கா தான்!

நகை சம்மந்தமாக பெண்க
ளுடைய கண்களே தனீதான்.

அப்படிச் சொன்னதும் அவனைப்
பார்க்க பெண்கள் கூடம் அதிகமானது.

பெண்கள் அபூர்வமாக, மடத்துக்கு
தங்கள் வீட்டு ஆம்பிளைகள் கோபித்துக்
கொண்டு பசியோடு உட்கார்ந்து கொண்டோ

படுத்துக்கொண்டோ கிடப்பார்கள்.

சமாதானம் சொல்லி
அழைத்துக்கொண்டு போவார்கள்.

இவன் எந்த ஊரு, 'யாருபெத்த
பிள்ளை' என்று தெரியவில்லையே.

'பயல்' கிணுங்க மாட்டே னென்கி
றானே. காது கேட்காதோ. ஊமையாக
இருப்பானோ.

மணியம் நாயக்கருடையகுரல்
"எட்டுஊருக்கு"க் கேட்கும். அவரும்
வந்து குரல் கொடுத்துப் பார்த்தார்.
'கதை' நடக்கவில்லை.

பசிச்சா, தானே எந்திரிச்சி
ஊருக்குள்ளே வந்துருவான். போங்க
போங்க என்று சொல்லி கூட்டம் குறைந்தது.

வீடுகளில் விளக்குவைக்கும் நேரம்
வந்தது. ஊரில் ஒருத்தன் பசியோடு
இருக்க நாம சாப்பிடறதா என்று முதலில்

குரல் கொடுத்தவர் கெப்பணக் கவுண்டர்தான். பெண்டாட்டியிடம் ஒரு கும்பாவில் சோறு போட்டு, பருப்புக் கறி ஊத்தி, கையில்தண்ணிச் செம்போடு அவருடைய வீட்டுவேலையாள் மடத்தைப் பார்த்துப் போனான்.

பக்கத்துல வச்சிட்டு வந்துரு.
பசி வந்தா தானே சாப்பிடுவாம்; பொ. என்று அனுப்பினார்கள்.

காலையில் பார்த்தால் கும்பாச்சோறும் செம்புத் தண்ணியும் அப்படியே... இருந்தது. ஆளைக்காணம்.

ஊருக்குள் இந்த தகவல் பரவியதும் அய்யோ என்றிருந்தது எல்லார்க்கும்.

எவனோ ஒருத்தன் வந்து பசியோடு போய்விட்டான் என்பதைக் கேட்டு இளகியமனசுகள் வேதனைப் பட்டது. காலத்துக்கும் இதைச் சொல்லிக் கொண்டிருந்தார்கள்.

கி. ராஜநாராயணன்

ஊர்க் கொண்டிக் காவல்க் காரர்களிடம் தாயமக்காதான் அவர்களைக் கூப்பிட்டுச் சொன்னாள். சிகப்புக் கடுக்கன் போட்டிருப்பாம், மயில்க்கண் கரை வேட்டி கட்டியிருப்பான். ஊர் எல்லையைத் தாண்டியிருந்தால், பக்கத்து ஊர்களிலுள்ள மடத்தில்த் தான் இருப்பான். இருந்தால், எதும் கேட்டுச் கலைச்சிர வேண் டாம். நமக்குத் தகவல் மட்டும் தந்துவிட்டு, அவனை தொயங்கட்டிப் பின்னாலேயே போய், யாரு எந்த ஊர் என்று விசாரித்துக் கொண்டே ஊர்க் காவலையும் கவனிச்சிக் கிடணும் என்று தணிந்த குரலில்ச் சொல்லி அவர்களை அனுப்பிவைத்தாள் பெரியவீட்டுத் தாய மக்கா.

அவன் அந்தக்காலத்து ஆண்களைப் போலவே தலைவளர்த்துக் கொண்டை போட்டிருந்தான்.

கடுக்கனுக்கு ஆசைப் படுவதுபோல கொண்டைக்கும் ஆசைப்பட்ட பெண்களும் உண்டு.

"தோரணை" என்று இருக்கிறது. மனுச னுக்கு மனுசன், மனுசிக்கு மனுசு வித்தியாசப் படும். "ஸ்டைல்" என்ற தோரணை கவர்ச்சி கொள்ள வைக்கும். அவை அமையுமேதவிற, நினைத்துச் செய்தால் விட்டுத் தோன்னும். அந்த செவத்தக்கல்ப் பயலிடம் அது இருந்தது. பிறவி அழகுகூட வேண்டாம்; "இது" இருந்தாலே போதும் போலிருக்கு!

நுண்ணமாகச் சவரம் செய்யப் பட்டிருக்கிறதா என்று அறியும்சாக்கில் கன்னத்தைத் தடவிப்பார்க்கிறதும், கக்கத் தில் மயிர் வழிக்கும்போது ஏற்படும் நாற்றம் வாசமாகத் தெரிகிறதும் மனசுக்கு மனசு வித்தியாசம் கொள்ளும். மனுச நாற்றங்கள் மோகம் எழுப்பும்.

69

ஒரு கலக்கு கலக்கிவிட்டுப் போய்விட்
டான் பாவப் பயல்.
இப்படித்தான் ஒருசமயம்
களைக்கூத்தியாள் "பங்காருப் பட்சி வந்து
ஊர் கிளாவட்டங்களை மட்டுமில்லாமல்
இடுகட்டைகளையெல்லாம் கலக்கிவிட்
டுப் போனாள். மறக்க முடிகிறதா,
அந்தப் பாக்கின் துவர்ப்பு வாடையும் அவள்
கக்கத்தின் வியர்வை மணமும் கலந்து
வீசியது அந்த ஊரின் காற்றில் வெகுநாட்கள்
நின்றது.

*
*

கிராமம் என்பது அய்ந்து
தெருக்களைக் கொண்டது.
வீடுகள் பெருகி தெரு,
தெரு பெருகித் திசை
என்று ஏற்படும்.
அய்ந்து தெருக்களுக்கு மேல் என்றால்
சிறுநகர் வந்துவிடும்.

ஒரு கலக்குக் கலக்கிவிட்டுப்போய்விட்டான் பாவிப் பயல்:

இப்படித்தான் ஒருசமயம் களைக்கூத்தியாள் "பங்காருப் பட்சி வந்து ஊர் இளவட்டங்களை மட்டுமில்லாமல் கிழடுகட்டை களையெல்லாம் கலக்கிவிட்டுப் போனாள். மறக்க முடிகிறதா, அந்தப் பாக்கின் துவர்ப்புவாடையும் அவள் கக்கத்தின் வியர்வை மணமும் கலந்து வீசியது அந்த ஊரின் காற்றில் வெகுநாட்கள் நின்றது.

*
*

கிராமம் என்பது அய்ந்து தெருக்களைக் கொண்டது.

வீடுகள் பெருகி தெரு,

தெரு பெருகித் திசை

என்று ஏற்படும்.

அய்ந்து தெருக்களுக்கு மேல் என்றால் சிறுநகர் வந்துவிடும்.

முதலில் உண்டான திசைத் தெரு
எது என்று கேட்டால் பதில் தருவது
சிரமம்தான்.

    நடுத் தெரு. [இது அநேகமாய்
        முதல் வீடு தோன்றிய
        இடம்]

    கிழக்குத் தெரு. [சூரியப் பொழுது
        தோன்றுவதால் முதலில்
        சொல்லப்படுகிறது]

    மேற்குத் தெரு. [தோன்றிய பொழுது
        இந்தத் தெரு திசையில்
        அடைவதால்]

    வடக்குத் தெரு. [எல்லா வகையிலும் கூடியதிசை.
        குபேரதிசை. வடக்குத்திஅம்
        மன் என்றாலே கூடியசக்தி
        உடையது என்பார்கள்!]

    தெற்குத் தெரு. [அனைத்து நலன்களும்
        அருளுவது.]

நாலு தெருக்களும் உண்டான பிறகுதான்
நடுத்தெரு என்று சொல்லுவதுசரி.

    மடம், சாவடி என்கிற
பொது இடம் என்பது ஊரின் வடகிழக்கு மூலையில்
இருக்கலாம் என்கிறார்கள்பெரியாட்கள்.

மடத்தில் என்ன நடந்தாலும்
இந்த இவள் எட்டிப் பார்ப்பதில்லை.
காரணம் இவளுடையபுருசன் அங்கே
தான் இருப்புக் கொண்டிருக்கிறார் என்று
மனநம்பிக்கை கொண்டுவிட்டதால்!

*

*

இந்த இவளுக்குப் பிள்ளைப்பிறாயம்தான்
இன்பமாக இருந்து. சும்மா இருக்கும்
போது அந்த நினைப்புவந்து ஆட்டிப்
பிடைக்கும். 'ராமீ, என்னெ விட்டு ப்
பறதேசம் போயிட்டெயேடீ எங்கு
இருக்கயோ' என்று ஏங்குவாள்.

தூரத்து ஊரில் அவளைக்கட்டிக்
கொடுத்தார்கள்; அவ்வளவுதான்.
ஏம், பிரியமுள்ளவர்கள்

கிடைக்கிறார்கள்; பிறகு காணாமலே போய்விடுகிறார்கள்? தெரியலை, தெரியலையே. பெண்களுக்குத் தீங்காக அமைவது போர்களும் பஞ்சங்களும் தான். அடுத்தது அவர்களுடைய சம்மதம் கேட்காமலேயே தூரத்தில் கட்டிக் கொடுத்து அனுப்பி வைத்துவிடுவது.

என் பிரியமுள்ள ராமீ தொலைந்து போயேவிட்டாள். பெண்களுக்குக் கிடைக்க வேண்டியவை ஏன் இப்படி ஆகிவிடுகின்றன. தெரியவில்லை.

ராமீ யிடம் மறக்க முடியாத வைகளில் கிச்சமூட்டி விளை யாடுவதும் ஒன்று. என்னெ சிரிப்பு! அப்படி ஒரு ஓசை அச்சிரிப்பில். காதில் கேட்டுக் கொண்டே யிருக்கிறது இப்பவும். கள்ளமில்லாதவளைக்

“கள்ளீ” என்று சொல்ல

வேண்டிய திருக்கிறது.

திண்ணையில் தட்டாங்கல்

ஆடிக் கொண்டிருந்த போது, அவள்

தோற்றுவிடுவாள் என்று தெரிந்துவிட்

டது அவளுக்கு.

இந்த இவள், ஒருகாலை நீட்டி ஒருகாலை

மடக்கி வைத்துக் கொண்டு ஆடிக்

கொண்டிருந்தாள். நீட்டியகாலைப்

பிடித்துக்கொண்டு உள்ளங்காலின் நடுவில்

விரல்களின் நகங்களால் கிச்சமூட்ட

ஆரம்பித்தாள் அவள்.

பலத்த சிரிப்பின் சத்தம். கால்கள்

உதறியதில், தட்டாங்கற்கள் சிதறி

ஓடியதில் ஆட்டம் கலைந்ததோடு, பதிலுக்குக்

கிச்சமூட்டி, பேக்களம் ஆனது.

ஒவ்வொருவர் உடம்பிலும்
கிச்சம் என்ற "அமிர்தநிலை" ஒவ்வொரு இடத்தில் குடிகொண்

டிருக்கும். அதை மற்றவர் அறியாமல் வைத்துக்
கொண்டால்த்தான் ஆயிற்று!

தாங்க முடியாத கிச்சம்
என்றெல்லாம் இருக்கு. அந்த இடத்தில்
தொடக்கூட வேண்டாம்; நம்ம விரலை
அந்த இடம் நோக்கி – தொடப் போறேன்இப்பொ
என்றுநீட்டிலே போதும் சரணம் சரணம்
என்ற நம் காலடியில் விழுந்துருவாம்.

மாடுகளிலும் குதிரையிலும்கூட
இப்படி உண்டு என்பார்கள்.

தார்க் குச்சி வேண்டாம். வண்டியிலோ
ரேக்ளாவிலோ பூட்டி ஏறி உட்கார்ந்து
கையைத் தூக்கினால்ப் போதும்; தூசியைக்
கிளப்பிக்கொண்டு காற்றாய்ப் பறக்கும்.

மனிதரோடு பழகுவது வேறு ; மனித உடம்போடு பழகுவது என்பது வேறு. மனத்தைத் திறப்பது போலத்தான் மனித உடம்பைத் திறப்பதுவும்.

மாட்டின் உடம்புக்குள்த்தான் கோரோசனை இருக்கிறது. அது எந்த இடத்தில் இருக்கிறது என்று நம்மால்ச் சொல்ல முடியவில்லையே.

நமது உடம்பில் நாம் எந்த இடத்திலும் தொட்டாலும் கூச்சம் வருவ தில்லை.

இப்படி ஒருத்தருக் கொருத்தர் கிச்சமூட்டிக் கொண்டு கட்டிப்பிடித்து உருண்டு புரண்டு ரகளை செய்து கொள்வார்கள்.
தொடு சுகம் பொல்லாதது.

*

இப்போது நடுவுரை!
முன்னுரை உண்டு, பின்னுரை உண்டு;
நடுவுரை ஏன் கூடாது?
மழையைப் போலத் தான் எழுத்தும்.
மழைப்பேறும் பிள்ளைப்பேறும்
எப்போ என்று மகாதேவனுக்கே
தெரியாதாம்.
வில்லைக் கையில் எடுத்
தாச்சி, அம்பையும் வைத்துக்
குறியைப் பார்த்து இழுத்தாச்சி,
இடையில் எந்த ஒலிக் குறுக்கீடும்
இருக்கக் கூடாது.
தாளின் மேல் பேனா வூன்றி
நாட்டியம் தொடங்கிவிட்டால்,
அல்லது யோசித்து நின்று கொண்டி
ருக்கும் போது, மேலேயிருந்து ஒரு
பல்லி விழுந்தால் கூட
அனைத்தும் அணைந்து போய்விடும்.

இப்போது நடுவுரை!

முன்னுரை உண்டு, பின்னுரை உண்டு;
நடுவுரை ஏன் கூடாது?

மழையைப் போலத்தான் எழுத்தும்.
மழைப்பேறும் பிள்ளைப்பேறும்
எப்போ என்று மகா தேவனுக்கே
தெரியாதாம்.

வில்லைக் கையில் எடுத்
தாச்சி, அம்மையும் வைத்துக்
குறியைப் பார்த்து இழுத்தாச்சி,
இடையில் எந்த ஒலிக் குறுக்கீடும்
இருக்கக்கூடாது.

தாளின்மேல் பேனா ஊன்றி
நாட்டியம் தொடங்கிவிட்டால்,
அல்லது யோசித்து நின்று கொண்டி
ருக்கும்போது, மேலேயிருந்து ஒரு
பல்லி விழுந்தால்க் கூட
அனைத்தும் அணைந்துபோய்விடும்.

கி. ராஜநாராயணன்

இவை எல்லோருக்கும் அல்ல.

"வாகையடி முக்கில் வந்து
தேர் விழுந்து விட்டது" என்பாராம்
புதுமைப்பித்தன்.

நடுவழியில் வந்து படுத்துக்கொள்ளாத
நாவல்-மாடு-ரொம்பவே உண்டு
என்று சுந்தர ராமசாமியும் சொல்லியிருக்கிறார்.

அப்போது என்னசெய்வது; நான் செய்வது;
எழுதியதை நகல் செய்ய ஆரம்பித்துவிடுவேன்.
அல்லது, பின்னுரை, நடுவுரை, இப்படி!

*

"இந்த இவள்" பிறந்த கதை வேடிக்கை
யானது.

திடீரென்று, எதிர்பாராதபோது +பாபு வந்தான்.

"தாத்தா, எனக்கே எனக்கு என்று
ஒரு குறுநாவல் அளவில் எதையாவது
எழுதிக்கொடுக்க மாட்டீர்களா என்று
பிரியப்பட்டுக் கேட்டான்.

குறுநாவல் அளவிலா.
அதும் எதாவதா.
என்ன செய்போறே அதை?

+ பாபு: புதுவை இளவேனிலை நாங்கள் பாபு என்றுதான் கூப்பிடுவோம்

“அச்சாக்காமல், உங்க கையெழுத்தெ
அப்படியே – கையெத்துப் பிரதி
யாகவே – பிறந்த குழந்தையெக்
கழுவாமல்த் துடைக்காமல், தொப்புள்க்
கொடியை வெட்டாமல்(!). . .
“கொண்டு போய் என்னெ செய்வெ?

“அப்படியே புத்தகம் ஆக்கிவிடுவேம்”
என்றான்.

இதுக்கு முண்உதாரணம் இருக்கா?
என்று கேட்டேன்.

“புதுசா, நாமதாம் செய்யனும்”
என்று சொல்லிச் சிரித்தான்.
புதுசுகள் பலது செய்துபார்க்கப்
பிரிய முள்ளவன், செய்தும் காட்டியுள்ளவன்.

செய்து பார் என்றேன்.

*

மறுநாளே, இதுக்கு என்றே விசேட
மான தாள்கள் பேனாக்கள் “திருத்தல்மை”
என்று வாங்கி வந்துக் குமித்துவிட்டான்.

மருத்துவச்சி வந்தாச்சி.
பிள்ளைதான் பெக்கணும்.

பாடுவதற்கு ராகம் ஒன்றைப்
புதுசாகக் கண்டுபிடிப்பார்களா;
பழைய ராகங்களில் ஒன்றைஎடுத்து
புதுவிதமாக ஆலாவனம் பண்றதா?

பேனாவழி எந்த வழியோ
அந்த வழி
மனம் மூடி "தபஸ்" பண்ணினேன்
கொஞ்சநாள். "வாக்தேவி" வந்தாள்.
"இந்த இவள்" இறங்கத் தொடங்கி
னாள் பேனாவழியாக: காரிக்கம்நிறச்
சேலையை உடுத்திக் கொண்டுஇந்த
அ'ள'கில்.

*

அறை குறை வேலையை
ஆசானிடம்கூடக் காட்டாதே என்று ஒரு
சொல் உண்டு. திடீரென்று நண்பர்
தமிழ் பேராசிரியர் பஞ்சு வந்து அமர்ந்தார்.

எனக்குமுன்னால் எழுதிய தாள்கள் ஆடைகுலைத்தது போலக் கலைந்து கிடந்தன.

"எதோ வேலை நடக்குது போலிருக்கே!" என்று மகிழ்ச்சியுடன்கேட்டார்.

ஆமா என்று சொல்லி, எழுதியவைகளை ஒருங்கிணைத்து அவர் கையில் வைத்தேன்.

தலைப்பே ரொம்ப நல்லா இருக்கு என்றார்.

சத்தம்போட்டுப் படிங்கெ நானும் கேட்கட்டும் என்றேன்.

(எனது எழுத்துக்கள் பலதும் அவர் பார்வை படாமல் வந்ததில்லை)

பாதியில் நிற்கிறது எழுத்து; ஆனாலும் ஒரு சரிபார்ப்பு இருந்தால் தேவலேதானே என்று எனக்குப் பட்டது.

"எப்படியய்யா இந்த வயசிலும் உக்கார்ந்து இப்படி எழுத முடியுது எங்களுக்கெல்லாம் விரல்நடுக்கும் வந்திருச்செ" என்றார்.

ஒரு ரெண்டு பக்கம் மனசுக்குள்ளேயே படிச்சுப் பார்த்துவிட்டு, "ஒரு எழுத்துப் பிழைகூட இல்லையே" என்று அதிசயப் பட்டார்.

தன்னை மேதை நிரூபிப்பதுக்கென எனக்கே நாலு எழுத்துப் பிழைகள் வரும்.

"புகழ் அரசி" என்று ஒரு பெண்ணுக்குப் பெயர் எங்க ஊரில். அவளை "பொளகர்சி, பொளகசி" என்றுதான் கூப்பிடுவார்கள், பாவிகள்.

|வாக்(கு) தேவி என்னுள் குடி இருக்க வந்துவிட்டாளோ என்று தோன்றிவிட்டது, பிழையே என் எழுத்தில் இல்லையே என்று சொல்.

சுமார் அறுபது ஆண்டுகள் இருக்கலாம். கல்கி. கிருஷ்ணமூர்த்தி அவர்கள் ஆனந்தவிகடனில் ஒரு கட்டுரை எழுதியிருந்தார்.

ஒரு ரெண்டு பக்கம் மனசுக்குள்ளேயே
படித்துப் பார்த்துவிட்டு, "ஒரு எழுத்துப்
பிழைகூட இல்லையே" என்று அதிசயப்
பட்டார்.

கண்ணை மூடித் திறப்பதுக்குள் எனக்கு
நாலு எழுத்துப் பிழைகள் விழும்.

"புகழ் அரசி" என்று
ஒரு பெண்ணுக்குப் பெயர் எங்க ஊரில்.
அவளை "பொளகரிச்சி, பொளகரிச்சி"
என்றுதான் கூப்பிடுவார்கள், பாவிகள்.

வாக்(கு) தேவி என்னுள்
குடி இருக்க வந்துவிட்டாளோ என்று
தோன்றிவிட்டது, பிழையே என் எழுத்தில்
இல்லையே என்ற சொல்.

சுமார் அறுபது ஆண்டுகள் இருக்க
லாம். கல்கி. கிருஷ்ண மூர்த்தி அவர்கள்
ஆனந்தவிகடனில் ஒரு கட்டுரை எழுதியிருந்தார்.

அப்போதய அரசு, அண்ணாமலைப் பல்கலைக் கழகத்தில் "144" தடையுத்தரவு போட்டி ருந்தார்கள். மாணவர்களை வெளியேற்றி யாகிவிட்டது. பேராசிரியர்களையும் போலீசார் வெளியேறச் சொன்னதும் அவர்கள் போலீஸாரிடம், "அந்த 144 தடைஉத்தரவைக் காட்டுங்கள் நாங்கள் பார்க்கவேண்டும் என்றார்களாம். "அதெல்லாம் நீங்கள் பார்க்கவேண்டாம். காட்டமுடியாது" என்று கராலாக மறுத்து விட்டார்களாம் போலீஸார்.

கல்கி சொல்லுகிறார்: ஏன் மறுத்தார்கள் என்றால், அந்த உத்தரவில் கட்டாயம் எழுத்துப்பிழைகள் இருக்கக் கூடும்"

பிழை இந்தால், அர்த்தம் மாறிவிடுமே. உத்தரவே செல்லாமல் போய்விட்டால்!

பஞ்சு சார் ஒரு தமிழ்ப் பேராசிரியர்:
எனது பிழைகளையெல்லம் பொறுத்துத்
திருத்திக்கொடுத்தவர்.

இப்போது ரெண்டுபக்கங்களில்
ஒரு பிழைகூட இல்லையே என்றால்
சந்தோசம் வரத்தானே செய்யும் யாருக்கும்.
என்னைவிட அவருக்கே அதிக சந்தோசம்.

கூடுது வயது;
குறையுது எழுத்துப் பிழைகள்.

பஞ்சுவின் குரல் கேட்க ஆரம்பித்தது.
அவரது குரல் அய்ந்து கட்டைக்குப்
பேசும் அமைப்பு கொண்டது.
வகுப்பில் பாடம் எடுக்கும்போது
ரொம்பதூரம் கேட்கும்.

"உரத்த சத்தம் ஊருக்கே
பெரியவர்" என்ற முதுமொழி காரணமில்
லாமல் ஞாபகத்துக்கு வருது!

எழுதிய அளவில் இந்த 64 பக்கங்களையும் வாசத்து முடித்தார்.

இது ஒரு உலகம் என்று தோன்றியது எனக்கு.

பஞ்சு சொன்னார்: "நல்லாத்தாம் போகுது; எழுதுங்க எழுதுங்க"

கொஞ்சம் இடைவழி விட்டு அவர்:

"இப்படி எவ்வளவுதான் விசயங்கள் உங்கள்ட்டெ இருக்கும்னு தெரியலையெ.

"தொன்னூறுக்கும் மேற்பட்ட வயசில்லெயா. வந்துக்கிட்டே இருக்கு"

என்று சொல்லிவிட்டுப் போனார்.

அவர் போனதுக்குப்பிறகு எனக்குப் பலவாறு யோசனை.

பெண்களைப் பற்றியே ஏம் எழுத்து வருது?

காலில் கல் தடுக்கி வலிபொறுக்க
முடியாதபோதும் நாம் சொல்வது
"அம்மா" என்பதுதான்.

ஒரு காவல் நிலையத்தில் ஒரு
குற்றவாளியை காவலாளி ஓங்கிஓங்கி
கம்பால் தாக்குகிறான். ஒவ்வோர்
அடிக்கும் அவன் "அம்மா அம்மா" என்று சொல்லி
அலறுவானாம். இந்த "அம்மா" எனும் அவயத்தைக்
காவலாளியால், இருக்க இருக்கத்தாங்கிக்
கொள்ள முடியலையாம், "சவமே
அப்படிச் சொல்லாதே" என்றும் அடித்துப்
பார்த்தானாம் காவலாளி. தோற்றது
கடேசியில் காவலாளிதான் என்று
சொல்லக் கேட்டிருக்கிறேன். இதுகதைதான்;
கட்டுக்கதை அல்ல.
தெய்வங்களில் அதிகம் பெண்தெய்வங்களே.
(பேய்களிலும் அதிகம் பெண் பேய்களே.)

-86-

படைக்கும் கடவுளுக்கு பிரம்மன்
என்று இருப்பதை, "ன்" னை எடுத்துவிட்டு
'மா' சேர்த்துவிடலாம், (பிரம்மா) என்று எனக்குத்
தெரிந்த அம்மையார் ஒருவர் சொன்னார்.

நான் முன்பு ஏற்கெனவே சொல்லி
இருப்பதைப்போல, "கடவுள்" என்பதில் "ள்"
இருப்பதால் கடவுள் என்பது பெண்ணைத்தான்
குறிக்கும் என்று சொல்லியிருக்கிறேன்.
("கி. அழகிரிசாமியை ஒரு பெண் வந்து சந்தித்தாள்" கட்டுரை
யில்.

[சமீபத்தில் படித்த ஒரு கட்டுரையில்
இறைவன் ஆணா, பெண்ணா.."
என்று தொடங்கும்.]

நெடிய நாட்களாகவே இந்தத் தர்க்கம் இருந்து
கொண்டே இருக்கும் போலிருக்கு.

கடைசியில், 'உனக்கும் வேண்டாம் எனக்கும்
வேண்டாம்'; ஆளுக்குப் பேர்பாதி வைத்துக்
கொள்ளலாம் என்று முடிவு செய்திருப்பாங்கபோல
லிருக்கு.

படைக்கும் கடவுளுக்கு பிரம்மன் என்று இருப்பதை, "ன்"னை எடுத்துவிட்டு 'மா' சேர்த்து விடலாம் பிரம்மா என்று எனக்குத் தெரிந்த அம்மையார் ஒருவர் சொன்னார்.

நான் முன்பு ஏற்கெனவே சொல்லி இருப்பதைப்போல, "கடவுள்"என்பதில்"ள்" இருப்பதால் கடவுள் என்பது பெண்ணைத்தான் குறிக்கும் என்று சொல்லியிருக்கிறேன். ("கு. அழகிரிசாமியை ஒருவர் வந்து சந்தித்தார்" கட்டுரை யில்

[சமீபத்தில் படித்த ஒரு கட்டுரையில்
இறைவன் ஆணா, பெண்ணா..."
என்று தொடங்கும்.]

நெடிய நாட்களாகவே இந்தத் தர்க்கம் இருந்து கொண்டே இருக்கும் போலிருக்கு.

கடேசியில், 'உனக்கும் வேண்டாம் எனக்கும் வேண்டாம்; ஆளுக்குப் பேர்பாதி வைத்துக் கொள்ளலாம் என்று முடிவு செய்திருப்பார்கள்போ லிருக்கு.

இல்லை இல்லை; அதுயார் சொன்னா?
முப்பத்து மூணுவிழுக்காட்டுக்கே சரி சொல்ல
முடியாதவன் அய்ம்பது சதமானத்துக்கு
ஒத்துக்கொள்வானா,

இது இவனை எங்கெ
கொண்டு போய் விடுமோ தெரியலை.

"இந்த இவள்", தனது ஆயுளில்
முக்கால்வாசி இருந்து முடித்தாள்.
இவளை பூமிக்கு பாரம் என்று சொல்ல
முடியாது. உழைத்து உழைத்துக் கொட்டி
இருக்கிறாள்.

புருசன் செத்த அப்பவே
இவளைப்பிடித்து அடித்துக்கொன்று
கூடவே போட்டு எரிக்காமல் விட்டதே
பெரியகாரியம். 'இந்தா, இந்தக்
காரிக்கம்சேலையை உடுத்திப் பிழைத்துப்
பொ' என்று விட்டதே பெரிய காரியம்.

அந்த நன்றிக்குத்தான் உழைத்தாளா.

காரிக்கத்தை ஏற்றுக் கொண்டவளுக்கு ஒரு ஆணைப் பார்த்துப்புருசனாக ஏற்றுக்கொள்ள தைரியம் வரவில்லை. வெள்ளைச்சீலையை மட்டும் ஏற்றுக் கொள்ள மாட்டேன் என்று சொன்னவளுக்கு இந்த தைரியம் இல்லை.

அது சில கெட்டிக்காரப் பெண்களுக்கு-அந்த மந்திரம்-

தெரிந்திருந்தது!

ராமீ மட்டும் இவளோடு இருந்திருந்தால் அவள் செய்திருக்கலாம்.

இப்பவும் என்னெ, அந்தமாதிரி செய்கைகள், கண்டும் காணாமலும் நடந்து கொண்டுதான் இருக்கின்றன. இவைகளை மனசு பூர்வமாக ஏற்று இந்த ஆண்சமூகம் அவர்களைச்சேர்த்துவைக்க வேண்டும்.

கி. ராஜநாராயணன்

89

மடத்துக் கதைகள்

மடத்துக் கதைகள் எழுதியிருப்பதாகச்
சொன்னீர்களே.
ஆமா, சொன்னேன். மடம் மட்டுமில்லை,
ஆயுள் தண்டனை பெற்று அங்கேயே
பொழுதைக் கழித்த நேரம் "ஜெயில்பறவை"
யான மனிதர்கள் தங்களுக்குள் சொல்லிக்
கொண்ட ஜெயில் கதைகள்,
இளவட்டங்களான பிள்ளைகள்
தங்கிப்படிக்கும் காலேஜ் ஹாஸ்டல் வாசிகள்
தங்களுக்குள் சொல்லி ஆனந்தப்படும்
பால் கதைகள்,
பிளேக்நோய் போன்ற உயிர்க்கொல்லி நோய்க்கதைக்

மடத்துக் கதைகள்

மடத்துக் கதைகள் என்று இருப்பதாகச் சொன்னீர்களே.

ஆமா, சொன்னேன். மடம் மட்டுமில்லை, ஆயுள் தண்டனை பெற்று அங்கேயே பெழுதைக் கழிக்க நேரும் "ஜெயில்பறவை" யான மனிதர்கள் தங்களுக்குள் சொல்லிக் கொண்ட ஜெயில் கதைகள்,

இளவட்டங்களான பிள்ளைகள் தங்கிப்படிக்கும் காலேஜ் ஹாஸ்டல் வாசிகள் தங்களுக்குள் சொல்லி ஆனந்தப்படும் பால்கதைகள்,

பிளேக்நோய் போன்ற உயிர்க்கொல்லி நோய்களுக்குப்

பயந்து ஊரையே காலி செய்துவிட்டு காடோ மலையோ போய்க் கூட்டமாக வசித்த காலத்தில் பொழுது நகர ஒருவருக்கொருவர் சொல்லி ரசிக்கும் கதைகள். இவைகளிலும் பால்க் கதைகள் உண்டு: பாயசம் இல்லாத சாப்பாடா என்பது போலத்தான் பால்க் கதைகள்.

வார்த்தை களிலும் சொற்களிலும் ஆபாசம் இல்லாமல்ச் சொல்லும் பால் கதைகளைச் சொல்வார்கள் சாகசமான கதைசொல்லிகள் உயிர்த்தலம் என்பதைத் "தம்பி" என்பார்கள். "திருமால்நாயுண்டு, சுப்பாநாயுண்டு கதை" யில் "தம்பி"க்கு எத்தனை பெயர்கள்! "பால பண்டு" (வாழைப்பழம்), திறுகைக்கல்லின் கைப்பிடி, எலி, இப்படி யெல்லாம் வரும்.

இலக்கணத்தில், "பல பெயர்கள் – ஒரே சொல்" என்பதுபோல, உலகத்தில் உள்ள மொழிகளில் "ஒரு பெயர்–பலப்பல சொற்கள்". அதிகம் உள்ள சொற்கள் பால் கதைகளில்த் தான்.

ஊர் மடங்கள் எல்லாம், ராத்திரியில் தூங்கவந்து பகலில் கலைந்து போய்விடத்தான். ஆனால் அங்கே பகலில் ஒரு உலகம்; ராத்திரியில் ஒருஉலகம்!

தூங்க வந்தவனுக்கு சொப்பன ஸ்கலிதம் ஏற்படுகிறது.
தூக்கம் இல்லாமல் சொப்பனம்இல்லை; சொப்பனம் இல்லாத ஸ்கலிதமும் இல்லை. இப்படித்தான் இவைபற்றிய பேச்சுக்கள், கதைகள் பிறக்கின்றன.

"நுள்ளூ நாயக்கன் கதைகள்" என்பது சொல்லித் தீராத சிரிப்புக் கதைகள். உண்மைபாதி, நம்ப முடியாத கற்பனை மீதி.
இப்போது நாம் சங்காலத்து இலக்கியத் துக்குப் போக வேண்டும்.

யார் பாடியது, எந்தப் புலவர் என்றெல்லாம் கேட்கக் கூடாது. விசயம்தான் நமக்கு முக்கியம். நீங்களும்

கேள்விப் பட்டவைதான்.

பால்விளையாட்டுகளில் நகம் பதிப்பது என்று உண்டு.

மறுநாள் அவள் குளிக்கும் போது, வளர்ப்புத்தாய் கண்டு கொள்கிறாள். ‘மாலைப்பிறை போலத் தோணுதெ’ அது என்னெ என்று விசாரிக்கிறாள்.

“மாலைப் பிறைபோலக் குறி தோணுதே” என்று காவடிச்சிந்து பாடலிலும் வருகிறது.

‘விளையாடி’ய போதோ வேணுமென்றோ நகம்பட்டுவிட்டது என்று நம்புவது சிலருக்கு முடியாமல் இருக்கலாம்.

இப்போதயக் கேள்வி, இது பெண்ணுக்கு மட்டும்தானா, ஆண்களுக்குக் கிடையாதா?

அப்படியானால் அது எந்த இடம்?

கேட்டவர் கேட்டுவிட்டுப் போய் விட்டார், நமது கற்பனைக்குவிட்டுவிட்டு.

அங்கே கெவிலித்தாயோ வளர்ப்புத் தாயோ கேட்டாள். இங்கே ஆணிடம் கேட்டுத் தெரிந்து கொண்டது யார்?

*

அந்தக் காலத்தில் சர்வாங்கச்சவரம் என்பது கட்டாயம் உண்டு. அது முதன் முதலில் புதுமாப்பிள்ளைக்கு என்று தொடங்கும்; பிறகு தடவைக்குத் தடவை.

இப்போது நித்தப்படி என்றும் முகத்துக்கு மட்டும் என்று ஆகிவிட்டது. பார்பர்ஷாப் வந்ததால் சர்வாங்கமும் என்பது ஒழிந்தது.

முன்பெல்லாம் குளத்தங்கரை மரநிழலில்

மறைப்பு திறப்பு எதுவும் இல்லாமல்
வெட்டவெளியில்தான் சவரம் நடக்கும்.
அப்போது சவரக்காரன் கண்டு கொள்வான்;
ஆனால் கேட்கமாட்டான்; செவிலித்தாய்போல.
கேலிக்காரர்கள் கண்டும் காணாததுபோல
இருப்பதும், ஜாடை மாடையாகப்
பேச்சுவாக்கில் எதார்த்தங்களில்
பிரஸ்தாபிப்பார்கள்; ஒரு ராகம் பாடும்
போது இன்னொரு ராகத்தின் ஜாடையைக்
காட்டுவதுபோல; தர்ப்பார் ராகத்தில்
நாயகி ராகம் வருவதுபோல!

இன்னொரு காட்சி:

மக்கள் கூடியுள்ள கல்யாணம் போன்ற
கலகலப்பான நேரங்களில் ஒருசிறுவன்
வருகிறான். அவனைப் பார்த்ததும்
வாயாட வேண்டும் போலத் தோன்றும்;
ஆசைவரும். பயலின் துருதுருப்பு அப்படி.

மறைப்பு தடுப்பு எதுவும் இல்லாமல்
வெட்டவெளியில்த் தான் சவரம் நடக்கும்.
அப்போது சவரக்காரன் கண்டு கொள்வான்;
ஆனால் கேட்கமாட்டான்; செவிலித்தாய்போலெ
கேலிக்காரர்கள் கண்டும் காணாததுபோல
இருப்பதும், ஜாடை மடையாகப்
பேச்சுவாக்கில் ஈரார்த்தங்களில்
பிரஸ்தாபிப்பார்கள்; ஒரு ராகம்பாடும்
போது இன்னொரு ராகத்தின் ஜாடையைக்
காட்டுவதுபோல; தர்ப்பார் ராகத்தில்
நாயகிராகம் வருவதுபோல!

இன்னொரு காட்சி:
மக்கள் கூடியுள்ள கல்யாணம் போன்ற
கலகலப்பான நேரங்களில் ஒரு சிறுவன்
வருகிறான். அவனைப் பார்த்ததும்
வாயாடவேண்டும் போலத் தோன்றும்;
ஆசைவரும். பயலின் துருதுருப்பு அப்படி.

கி. ராஜநாராயணன்

கூப்பிட்டதும் வந்துவிடமாட்டான்.
அவன் பார்ப்பதே 'அடெ போய்யா' என்பது
போல இருக்கும்.
இன்னொருவர், "ஓங்கிட்டெ எல்லாம்
வர மாட்டான்; என்னிட்டெவா ராசா
என்று அவரை விட இவர் பாசமாகக்
கூப்பிடுவார்.

"அவம் யாரிட்டெயும் வரமாட்டாம்;
அங்கெ போகாதெ. இங்கெ வா ராசா என்று.
இன்னொருவர்கூப்பிட, "ஓங்கிட்டெ ஒரு
ரகசியம் கேக்கணுமெ" என்று ஒரு தாத்தா
கூப்பிட்டு, ஒண்ணு கேப்பேன் சொல்லு
வயா என்று ரசகியமாகப் கூப்பிட்டு
நீ ஒங்க அப்பாவெ நுள்ளுனயா?
இவன் திகைத்து இல்லையே என்பது போல
தலையை உலுக்க, இல்லெ இல்லெ
கட்டாயம் நுள்ளியிருக்கெ;

நாம் பாத்தனே. கண்ணாரப் பார்த்தேம்
என்பார்.
என்னெ இப்படிச் சொல்றீகெ என்பதுபோல
அவன் பார்க்க,
ஒங்களுக்கு யாரு சொன்னா?
என்று ஒருவர் ஏண்டு வர,
அப்ப, நாம் சொல்வனா பொய்யி
என்று சொல்ல,
உங்களுக்கு யாரு சொன்னது என்று
குட்டிப் பையன் சார்பாக ஒருவர் வற்புறுத்திக் கேட்க,
அய்னுதாம் சொன்னான் என்று
அந்தத் தாத்தா சொன்னதும், பலத்த
சிரிப்பொலி எழுந்தது.

இப்போது கூட்டம் ரெண்டாகப்
பிரிந்து கொண்டது.

அவன் எப்படி நுள்ள முடியும்
என்று ஒரு பிரிவு கேட்க,

— 97 —

அவன் அப்போ புள்ளை.

பிறகெப்போ?

இவன், அவனுடைய அம்மாவயிற்

றுக்குள்ளே இருக்கும்போது!

அட பாவிப் பயலே அப்படிச்

செய்யலாமடே; செய்யலாமோ,

ஒன் அப்பன் பாவமில்லையா!

அவனுக்கு இன்னும் அந்த

சிளித்தனம் போகலை பாருங்க

என்று ஒருவர் சொல்ல.

அந்தச் சிறு பையன்,

இவங்க எல்லாரும் சேர்ந்து நம்மை

எதுவோ கேலிதான் பண்றாங்க

என்று அங்கிருந்து, அவர்களிட

மிருந்து தப்பி ஓட்டம் பிடித்தான்.

~~~ ∘○∘ ~~~

15-8-2018.
புதுவை-8.
~~~

அவன் இப்பொ நுள்ளலெ.
பிற கெப்பொ?
இவன், அவனுடைய அம்மாவயித்
துக்குள் உள்ளெ இருக்கும்போது!
அடபாவிப் பயலே அப்படிச்
செய்யலாமாடே; செய்யலாமா,
ஒன் அப்பன் பாவமில்லையா!
அவனுக்கு இன்னும் அந்த
சுளித்தனம் போகலை பாருங்க
என்று ஒருவர் சொல்ல.
அந்தச் சிறு பையன்,
இவங்க எல்லாரும் சேர்ந்து நம்மை
எதுவோ கோட்டா தான் பண்ணுகி
ராங்கள் என்று அங்கிருந்து, அவர்களிட
மிருந்து தப்பி ஓட்டம் பிடித்தான்.

○

15-8-2018.
புதுவை-8.